TRẦN VẤN LỆ

EM MỘT MÌNH
Thơm
BAO Ý THƠ

NHÀ XUẤT BẢN NHÂN ẢNH
2024

TRẦN VẤN LỆ
EM MỘT MÌNH THƠM BAO Ý THƠ

Biên tập: Nguyễn Thiên Nga
Bìa & dàn trang: Lê Nguyễn Minh Quân
Nhân Ảnh xuất bản năm **2024**
ISBN: 9798330214495

Copyright © 2024 by Tran Van Le

Thay Lời Tựa
Em Một Mình Thơm Bao Ý Thơ

Đây là tập thơ thứ mấy mươi của thi sĩ Trần Vấn Lệ đã được xuất bản, tôi không thể biết chính xác. Riêng tôi, với vai trò một người bạn nhỏ yêu thơ, từ cuối năm 2021 đến nay, tôi đã giúp ông biên tập, trình bày tập này là tập thứ chín. Tôi nghĩ, đó là con số khá ấn tượng. Cuốn sách mới nhất: TRẦN VẤN LỆ - THƠ VÀ CUỘC ĐỜI mới được xuất bản đầu năm 2024 là tác phẩm hội tụ đầy đủ nhất những mảnh ghép về cuộc đời và thơ của ông.

Nhắc đến Trần Vấn Lệ là nhắc đến thơ. Thơ là hơi thở, là sự sống của ông. Một ngày nào đó, dù trời nắng đẹp mà trên Fanpage TRANG THƠ TRẦN VẤN LỆ không có bài thơ mới để giới thiệu là chúng tôi biết chắc là ông không được khỏe. Tuy nhiên, điều đáng mừng là sự gián đoạn đó thường không lâu, không nhiều và khi thi sĩ trở lại, thơ lại dạt dào cảm xúc. "Em" trong thơ ông lại lung linh, huyền hoặc như ánh trăng; dịu dàng như dòng suối ngoan; kiều diễm, ngọt ngào trong Nỗi Nhớ và Tình Yêu được viết hoa.

Em một mình thơm bao ý thơ!

Hơn một lần, tôi đã nhận ra: "Em" là nơi ông gửi gắm Tình Yêu bất diệt. "Em" là QUÊ HƯƠNG.

"Ai nói với anh, em-áo-trắng/ em là vầng trăng em dễ thương!/ em là Tổ Quốc anh yêu dấu/ hồn anh bay đâu cũng vấn vương!"

"Tôi nhớ em từng ngõ ngách tâm hồn. Em nhớ tôi từng lối mòn đất nước..."

"Cảm ơn em nụ cười, em là Quê Hương, đó! Anh thở ra cùng gió thổi tà áo em bay..."

Em - áo bà ba bay bay trong gió, nhẹ nhàng thôi cũng đủ bâng khuâng suốt một đời. Chiếc áo bà ba thấp thoáng trên cánh đồng bát ngát ngày nào vẫn khắc khoải trong miền Ký Ức. Mùi vị Quê Hương ngào ngạt, mùi thơm của lúa đang mùa, mùi hương áo và cả mùi thơm của thơ rất thơ.

Những vần thơ thơm mùi nắng, mùi gió. Gió từ biển bay về. Gió từ cao nguyên thốc tới và làn hương thơ bay xa...

Thêm một lần nữa, tôi xin phép được trích lại nhận định của Nhà Văn Hồ Đình Nghiêm:

"Giản dị trong phân trần, mộc mạc trong lý giải, dịu dàng trong phân bua. Đặc điểm thơ của Trần Vấn Lệ đều vậy cả... Em là nguyên cớ để lời thơ tìm đến, không đổi, dù Em có khi là một địa danh, một bến đò, một hàng cây, một khung cảnh, một chốn cũ. Và dĩ nhiên, Em còn đó là nàng thơ, là người tình duy nhất, một và chỉ một mà thôi."

Em hay đơn giản hơn chỉ viết "M", thi sĩ cũng chỉ có một, để ông viết tặng những câu thơ dịu êm mà nồng nàn.

"Anh tặng em Tình Yêu, dang tay ra, ôm nhé. Những bài thơ của Lệ một câu này, rất thơm..."

(Những Bài Thơ Của Lệ)

Em là mùa thơm hương phấn. Em là mùa thơm hơi thở kề bên. Em là hương hoa đời sống...

Chỉ một Em thôi.

Em là Hoa-Đà-Lạt
Ngàn muôn năm thơm ngát áo em vàng phấn thông!

Cũng có lúc:

"Em thành hoang đảo đêm sao hiện, anh thấy bàn tay em nở hoa, không phải hoa vàng em mới hái mà hoa xanh biếc ánh trăng tà..."

Hay:

"Em-không-gian-mở bao trùm khắp bốn biển năm châu, cả mái đình."

Em, chỉ *"Một em thôi đã đường thiên lý suối nở hoa vàng thơm nắng mai..."*

Đôi khi, Em chỉ là người bạn nhỏ:

"Mình có người bạn nhỏ, nghĩ đến là có thơ... Những bài thơ từ đó quyện những làn gió thơm..."

Em, chỉ một em Trăng hóa Nguyệt. Trăng đi vào thơ, ngàn năm thơm ngát.

Trần Vấn Lệ, một thi sĩ quen thuộc với tứ thơ lạ lắm, trầm mặc mà rộn ràng, giản dị mà lộng lẫy. Hương thơ tỏa lan, bay xa; vương vương mái tóc, len nhẹ vào nếp áo, nếp khăn người qua dường gây bao nhớ thương và quyến luyến.

Dalat, 31/05/2024
Nguyễn Thiên Nga

Ảnh: Hien Phung Thu @ Shutterstock

Bài Thơ Chiều Nay

Anh nắm bàn tay em anh hỏi: "Bàn tay có yêu em không?". Anh ngó lên, hai má em hồng. Bàn tay em có mấy sợi gân xanh, cả hai đều đẹp!

Bàn tay em không trả lời câu anh hỏi. Những sợi gân rất nhỏ chảy ra biển xanh. Những sợi tóc mai em mong manh / biến thành mây trên biển...

Bàn tay em mô rồi, mắt biển / trong ngực anh khi gió phong phanh. Anh ngó lên, hai con mắt em diễm tình / đẹp chao ôi những bông tuyết vừa bay trên tóc...

Chưa bao giờ anh thấy mình hạnh phúc / như lần đầu anh nắm bàn tay em. Mãi mãi anh thấy hạnh phúc đó tăng lên / chẳng hạn chiều nay anh cầm tay em anh hỏi:

"Bàn tay có yêu em không?", bàn tay em không bối rối . Năm ngón tay em cào bầu ngực anh thôi. Đó là câu trả lời: "Tình Yêu Không Cần Tiếng Nói!".

Bài thơ chiều nay anh làm hình như có vội. Em nhìn kìa nắng xuống, hoàng hôn. Có một vì sao mới mọc đứng dòm: Anh hôn em nhiều hơn chiều bữa trước...

Đà Lạt Của Mình Xưa Thế Đó

Đà Lạt của mình xưa thế đó,
ngôi Nhà Thờ đẹp phải không anh?
Em anh, hai đứa đều không Đạo,
chỉ đứng bên đường ngước mặt lên...

Ngày xưa, gà gáy khi trăng lặn,
nay tiếng còi vang: đi cuốc, cày...
Xưa, đứng chỗ dây chờ hứng nắng,
Nay, mồ hôi đổ xuống từ vai...

Mỗi thời một thế, vui, buồn, nhỉ?
Vui với buồn chung một tiếng chuông!
Ai đó, hình như lau nước mắt
Chuông ngân. Nước mắt. Gió Xuân Hương...

Em với anh, mình đi ngắm hồ,
con đường vẫn vậy, chạy trong mơ...
Anh ơi, trăng rụng không ai nhặt,
em vớt, anh tìm nhé chút Thơ?

Người tôi yêu người tôi yêu xa vời,
tôi nhìn Thánh Giá thấy sương rơi.
Ngày xưa, Đà Lạt... hình như mộng...
Nay với xưa... đời như chia đôi?

Mai tôi rời nha, Đà Lạt mình...
Nói thầm cũng thẹn với thông xanh!
Ôi Thành Phố của rừng-trong-phố
Còn lại nỗi buồn trong bức tranh!

Em Chỉ Một Em Trăng Hóa Nguyệt

Đêm nay trăng quá Rằm ti tí,
nhưng Nguyệt là em, Nguyệt vẫn tròn!
Anh nói em nghe: em vẫn vậy,
ngàn năm thơm ngát nụ môi hôn!

Mỗi tháng trăng đi vòng trái đất,
mỗi ngày anh nói với em đây:
Em như là trái trên cành chín
Em, trái tim anh, Nguyệt mãi đầy!

Đầy đặn khuôn trăng là đẹp lắm,
Em là Hoa Hậu của muôn hoa!
Em là Thế Kỷ anh mơ ước
Đất Nước mình vui cảnh Thái Hòa!

Dù thấy là chưa nhưng chắc có
vì Trời vì Phật giống như nhau:
"Con người đau khổ hay sung sướng,
... có thể bây giờ, có thể kiếp sau!".

Hãy tát nhẹ anh và nói nhỏ:
"Mình đang hạnh phúc ngắm đêm trăng!
Trăng tròn hay khuyết, mây làm chứ?
Em mãi mãi là một Mỹ Nhân!"

Em mãi mãi là Thơ Cổ Kính
Đập vỡ ra rồi vẫn long lanh!
Nhắm mắt lại coi! Hôn tí tí:
Em muôn đời muôn kiếp của anh!

"Đập cổ kính ra tìm lấy bóng,
Xếp tàn y lại để dành hơi!"
Xưa, vua Tự Đức làm như thế,
anh cũng làm đây, bởi một người!

Em, chỉ một em, Trăng hóa Nguyệt,
hóa biển trời bát ngát bao la...

Em Qua Bên Sông Em Tới Bờ

Em qua bên sông, em tới bờ,
Áo hồng bóng nắng gió còn đưa
Và kia lớp sóng em còn để,
Sông núi nào không gợi ý thơ?

Anh không buồn đâu... vì em vui.
Vì em không cô đơn nữa rồi.
Mỗi chiều em có ngày thêm nghĩa
Anh mất em thì anh cút côi!

Anh đi lên rừng hái hoa quỳ,
lúc nào ngừng nghỉ bước quân đi.
Lúc nào thì cũng như hồi nãy,
anh nhớ em cô gái dậy thì!

Sợi duyên không buộc thì không gỡ,
Cái giậu mồng tơi không cản mây...
Anh không còn em, thong thả bước
Anh hôn tình yêu, hai bàn tay!

Có đêm trừ tịch nhìn sao rụng
em biết gì không? Sương rơi theo!
Anh ướt hai vai, không ướt tóc,
Nhìn con nai uống nước bên đèo...

Đường anh đi nhiều, nhiều khúc quanh
Mỗi cây anh núp một tâm tình:
Lính đưa khúc sắn vùi trong lửa,
đưa điếu thuốc còn em-với-anh!

Huynh đệ chi binh: con sông dài
Trường Sơn rồi cũng chỉ là mây!
Em qua ghé bến đời yên ổn,
Anh nhớ ngàn năm em áo bay...

Anh giấu tình anh là chút đó
Nghĩ bây giờ em Huế rất thơm...

Thời Gian

Thời gian như áo quần mỗi ngày phải một mới...
nhưng xem kìa xã hội đâu có thấy thời gian!

Mở báo thấy than van: nước ngập khi mưa xuống!
Rồi nhìn ra đồng ruộng: mấy con sếu không về!

Hoa nở giữa tứ bề một căn phòng máy lạnh. Nắng quá, thợ đi tránh vào chỗ có bóng râm...

Nhà Thờ chuông vẫn ngân những tiếng buồn lạc lõng. Nhà Chùa mõ vẫn vọng những hồi Kinh rạc rời...

Thời gian không lên ngôi một mặt trời mát mẻ!
Không hề có chuyện thế... bởi mặt trời độc quyền...

Thương quá quá những đêm gió lên thềm, mát mát. Đứa bé úp cả mặt vào ngực Mẹ ngủ yên...

*

Nguyễn Y Vân... vẫn y nguyên. Bất động! Đời không có sự sống bởi thời gian ngừng trôi!

Nói như Nguyễn Du thôi: "Hoa trôi nước lặng dã yên, hay dâu Địa Ngục giữa miền Trần Gian!". Nguyễn Du nói hồi năm một tám hai mươi, Trời ạ! [*]

Thời gian là chiếc lá... phơi lòng những vết nhăn! Thấy ở những nghĩa trang những tấm bia mờ nhạt...

Ôi Thời Gian Vụn Nát Biết Bao Nhiêu Tàn Y!

---

[*] *Nguyễn Du, tác giả cuốn truyện Đoạn Trường Tân Thanh, mất năm 1820, ông là người ngồi một chỗ thấy ba ngàn cõi, thốt một lời muôn ngàn năm ngẩn ngơ! Năm nay, 2023... cảnh đời thay đổi dù xảy ra chớp mắt nhưng hiển hiện quá lâu dài! ...*

Trong Lòng Tôi Trên Đầu Tôi

Ôi em thật là dễ thương!
Em như thấy hết can trường của anh!
Bốn câu của TchyA anh để dành,
Em đọc nhé và giữ gìn em nhé!

"Em đi từ đó phòng anh vắng,
Bút rỉ, hồn tan, sách bụi nhàu.
Mực bỗng khô khan, tim bỗng héo
Can tràng... bỗng rạn vết thương đau!"

Câu nhẫn nhục mà người con trai phải nhớ:
"Danh Dự - Tổ Quốc -Trách Nhiệm"
Gỡ nó xuống và để trên bàn thờ...
Cắm cây nhang dù cây nhang thô:

... Mà tưởng tượng: Đời - Lãnh Cung Lạnh Ngắt,
Trầm ngán nghê bay bay bay bay...

*

Em yêu quý!
Em là Trăng là Nguyệt,
Em có đôi chân mày trăng khuyết núi vàng mơ...
Lịch Sử dặn: Với Sông Núi Ta Phải Tôn Thờ!
Anh dặn anh tiếp: Với em, dòng Thơ bất tuyệt...

Em hãy hỏi Đinh Hùng
nghe gì nơi đáy huyệt?
Mở ra giùm trang Tiểu Thuyết Tình Yêu!
"Maria! Maria! Linh Hồn Tôi Ớn Lạnh!" (*)

Hồn bướm mơ Tiên vạt áo diễm kiều
Anh thả gió nâng trăng chiều diễm lệ...
Nâng em đó - còn đòi chi hơn nữa?
Trong trái tim anh,
Trên đầu anh, em chỉ một, Quê Hương!

(*) *Thơ Hàn Mạc Tử*

Trước Nhà Thờ Con Gà Đà Lạt

Sáng, em đi Lễ sớm. Em đẹp như bà Hoàng! Ông Cha phải ngưng ngang. "Nhân danh Cha, Con và Thánh Thần", tư lự...

Anh thấy em. Anh ngó mây trên đường Yersin. Dĩ nhiên là em xinh. Con đường xinh đợi Triều Đình sắp họp.

Em, áo Ngự Hàn tha thướt. Từng bước chân em vờn. Êm đềm bay trong sương. Êm đềm vương vương mây...

Em đâu biết anh, đây, trước Nhà Bưu Điện nhỉ? Nơi cây số khởi thủy về Trại Mát, Trại Hầm; về Số Bốn, Bạch Đằng, về Lạc Dương xa ngái...

Ai bảo em được sinh làm con gái
cho anh thể chê hết thẩy Giai Nhân!

Sinh Nhật Em Diễm Lệ
Trăng Rằm Tháng Năm Ơi

Sinh Nhật em ngày này: Lễ Độc Lập nước Mỹ. Em có ngày Đại Lễ bốn trăm triệu người mừng!

Anh không thể người dưng, anh hôn em cái cổ, hôn em ba ngắn nhớ... ba kiếp đời người ta!

Anh nói nghe xót xa, hình như em muốn khóc?

*

Anh nhớ quá Tổ Quốc có mồ Mạ mồ Ba... Anh nhớ rừng nở hoa... hoa Quỳ! Anh đã vậy!

Khi ra trường làm Lễ, anh quỳ nhận cái lon... có nghĩ mình về non dặm trường xa vó ngựa!

Cảm ơn em, anh nhớ: Sinh Nhật em hôm nay! Anh đứng thẳng chào tay: Chào em anh yêu quý...

Mới mà hai Thế Kỷ!
Nhanh như tàu tốc hành...
Anh còn trái tim xanh cài lên tóc em nhé?
Sinh Nhật em diễm lệ trăng Rằm tháng Năm ơi!

Vài Câu Nhắc Nhà Thơ Xưa

Ngày mới! Mỗi ngày một mới. Tinh sương mặt trời mọc rồi, bầy chim rời tổ đi chơi.

Nhà Thờ dâng buổi Lễ sớm...

Không ai sẽ đi làm muộn vì trưa chắc nắng vô cùng... cũng như hồi qua, đau lưng, mùa Hè mồ hôi chảy xuống!

Tâm tư vẫn là vui sướng: Mình thêm ngày nữa yêu đời. Thời gian không dối không dời khi dời bình yên hạnh phúc...

Tại sao câu thơ mệt nhọc khi mình tả chuyện bình thường? Tôi cúi xuống hoa tôi hôn, tôi làm con bướm vậy nhé!

Tôi nhớ chàng Kiều Thệ Thủy, có hai câu thơ... hơi buồn: "Tôi thất tình đi hôn lá hoa, bước lang thang trong xứ sương nhòa...".

Thật tình tôi đang hôn hoa... nghĩ về một ai, ai đó... chắc không còn đi ngang ngõ nhà tôi để ngắm hoa vàng...

Cầu bắc cho người sang ngang. Mỗi ngày một ngày một mới... Bên kia, thành phố chói lọi, cuộc đời đổi mới từ lâu!

Áo không ai mặc qua dầu... chỉ sợ người ta tóc rối! Câu thơ cuối dòng xin hỏi: "Em à có nhớ anh không?"

*

Tôi yêu biết mấy con sông nó chảy giữa lòng Phan Thiết... Thành phố này tôi xa biệt... từ hồi xe lửa răng cưa!

Tang thương như một giấc mơ!
Em hoa hồng thì hôn thật!

Chàng Kiều Thệ Thủy lau mắt: "Mình xé hồn ta mình có đau? Trót đi dan díu bây giờ sầu!".

Con sông Cà Ty ba cầu, tôi nhớ em đi cầu giữa... Con phố Gia Long, con phố... tình cờ có một ngã ba: "Chàng về Đại Lược Thiếp ngược Kim Long, đến đây là chỗ rẽ...".

Cảm ơn nàng, tôi sẽ... ngày mai sẽ có bài thơ!

Còn Thơ Để Thở

Một cơn bão rớt, mưa không đủ / thấm đất / làm sao nước đọng ao? Sông suối bốc hơi khô cạn hết! Nước hôm qua đã đại dương nào?

Ôi Thái Bình Dương... mà nước mặn! Không ai múc biển tưới cho đồng! Bao đời nước mắt người chan xuống / cho cỏ xanh làm thêm nhớ nhung!

Kia cỏ xanh, vàng Hạ, xám Thu, rồi mùa Đông tới, tội ao hồ! May ra Xuân biếc nhờ tan tuyết! Đời có bao chừng cho ước mơ?

Đời có bao chừng... nghe quá thảm! Mà thôi, đừng nghĩ ngợi gì nha! Ai sao mình vậy, đường đi tới... đời sống văn minh, sống-gọi-là!

Hoa La Jacaranda đang nở... tím rịm người ơi lối nghĩa trang. Tôi tới đây nhìn mây trắng tụ rồi về gác trọ ngó mây tan...

Chút thương chút nhớ nằm trên tóc, tóc rụng khi chưa tóc đổi màu... Đến lúc đổi thì... mây trắng đó, bạch vân thiên tải không du du....

Câu thơ rất cũ còn như mới... còn thấy hình như cánh hạc vàng mới thoáng ngang qua... không-trở-lại, chỉ-là-mây-trắng-gió-lang-thang...

Người ơi người ơi buồn ngâm nga: Không- Khói-Hoàng-Hôn-Cũng-Nhớ-Nhà, nhớ tán thông xanh trùm mái ngói, nhớ chiều vừa xuống nắng lên xa...

Thơ Huy Cận với thơ Thôi Hiệu, tôi thở mỗi chiều nhớ Cố Hương!

Duyên Ơi Trên Dốc Nắng

Hôm nay trời nắng giống hôm qua, ta thấy hình như nắng muốn già? Ta thấy hình như chưa nắng đủ để vườn ta có một bông hoa...

Ta thấy hình như ta nhớ bạn... mà đường xe cộ có ai đâu? Người đi bộ cũng không hề thấy. Ta nhớ nhung bầy chim bồ câu!

Ta muốn ta thay quần áo mới... làm như không có nắng trong tuần. Hôm nay Chúa Nhật ta tin vậy. Ta muốn đến nhà ai gõ thăm...

Ta đứng soi gương, ta chải tóc, vài ba sợi rụng nắng long lanh. Cầm phone ta gọi chơi vài chỗ, chuông chỉ reo không người nhấc phone!

Buồn chớ! Hôm nay sao cứ nắng. Nắng hoài cả tháng, chừa bao nhiêu? Khi nào thảm cỏ không xanh nữa, ta biết nhìn đâu nắng buổi chiều?

Ta nhìn về xứ Phan Rang nhé? Ta nói tiếng Hời như ngày xưa..."Ai ních tày lô", em mắc cỡ, em cười, giấu mặt, tóc như thơ!

Không ai tắm nắng bằng Cha Mẹ, bằng bà con ta thuở đói nghèo, lúa được mấy cân đem đóng thuế, chờ ngày Độc Lập... ngó lên trăng!

Trăng tròn, trăng khuyết, trăng như mảnh / ngói vỡ ngôi nhà của Tổ Tiên. Chừ nắng chói chan, đời kiếp khác, mưa là nước mắt, nắng là duyên?

Ta nhắc tên ai ta chợt nhớ. Cái tên như thể cái đời sau... ta làm lính đứng canh đền Ngự, em bước ra sân chải tóc chào...

Lát Nữa Mà Trời Nắng

Trời chỉ mưa vài giọt, nhiệt độ giảm rất nhiều! Bụi hoa vàng buồn hiu, mừng, cười như con gái!

"Ô hay con gái bay nhiều quá, hai cánh tay mềm như cánh chim". Thơ Hoàng Trúc Ly thật duyên, nhớ, nhắc lại, thích chớ?

Đường, nhiều người đi bộ. Xe không ai bóp còi. Biết mà, đây xứ người, người ta ngoan vậy đó!

Nhiều người còn dẫn chó giống như là dẫn con... Trời mát mẻ, dễ thương, lòng người đều hỉ hả!

Bài thơ này chắc lạ sáng hôm nay, nhỉ em? Anh giống như người điên, tại em làm anh nhớ...

Mưa làm cho xanh cỏ. Mưa... có xanh mắt em? Mưa... hoa vàng ngước lên: anh chào em ngày mới...

Anh biết là em đợi anh gửi về nụ hôn, anh gửi về yêu thương cánh tay trần muốn cắn!

Lát nữa mà trời nắng, anh nhớ em... nhớ mưa!

Một Chút Mưa Như Sương

Nắng mà không có gió, cỏ thì đứng cúi đầu, hoa nở ra kề nhau, thì thào rồi rơi rụng...

Nắng dĩ nhiên là nóng mà mặt hồ không nhăn! Thằng bé tay vẫn cầm cây cà rem... đâu mất?

Cả công viên như chật vì người ta quá nhiều. Không thấy ai thương yêu, chỉ chen nhau bóng mát...

Tôi, một người đi lạc cũng đứng lại bơ vơ! Không có gì là Thơ! Mà Thơ là gì nhỉ?

Thật tình tôi có nghĩ mình-làm-thơ-để-chi? Tôi thương quá hoa quỳ không thấy ai ngắm nghía...

Thơ rồi cũng vô nghĩa như hoa dại bên đồi... Đà Lạt của tôi ơi, mưa mịt trời trên đó!

Hoa quỳ hàng năm nở. Hoa quỳ hàng năm tàn. Người ta chơi hoa lan, ai thương gì hoa núi?

Nóng! Trời ơi nóng hổi! Tôi thở dài núi sông! Đà Lạt những đồi thông bây giờ chắc thưa lắm...

Người ta đã dồn nắng, người ta đang làm mưa. Năm mươi năm không ngờ chỉ là vài chớp mắt!

Tôi nghĩ về Đà Lạt mưa ngập hồ Xuân Hương... Một chút mưa như sương bay trong bài thơ nắng!

Mưa Trên Đèo Prenn Thu Trong Thơ

Nắng sáng hôm nay, chiều bớt nắng, nghe hình như có gió heo may? Thế là mai mốt mùa Thu mới, mình lại được nhìn Thu-Lá-Bay...

Bạn gửi tấm hình Thu Cổ Quận đường lên đèo Prenn Thu đang mưa... Nước mưa đọng vũng trên đường dốc, lá nhuốm vàng rừng thưa thớt thưa...

Ôi rừng Đà Lạt thương và nhớ! Nửa Thế Kỷ mình xa Quê Hương! Năm mươi năm chẳng là cơn mộng (nếu mộng thì đâu đến nỗi buồn?).

Nước mắt ứa ra, mình biết chớ... như hồi đọc truyện của Quỳnh Dao... Chuyện tình nào cũng muôn năm cũ, cái mới: lòng người luôn xốn xao!

Mùa Thu! Mùa Thu mùa ẩm đạm, mây và sương mù giăng giăng giăng, thế gian hễ cứ mùa Thu mới, gió heo may vờn trong chiêm bao...

Bích Khê từng có thơ như thế: "Ôi chao buồn vương cây ngô đồng!". Ngô đồng diệp lạc vài ba chiếc, ta đố lòng ai không mênh mông! (*)

Ta! Rớt ở đây là giọt lệ, là tôi, là anh... anh em mình, sau mưa vừa xếp poncho cất... bỗng bạc đầu từ sau chiến chinh!

Bạn gửi tấm hình không chú thích... Gió heo may buồn như chuông ngân! Tôi có bài thơ cho phải Đạo, thương Chúa vô cùng, Chúa biết không?

(*) Thơ Bích Khê: "Ôi chao buồn vương cây ngô đồng, vàng rơi vàng rơi Thu mênh mông!".
Cổ thi: "Ngô đồng nhất diệp lạc, thiên hạ cộng tri Thu!

Nắng Đỏ Mưa Xanh

Mùa Hạ, thở than, ngày cứ nóng!
Bốn mùa đây chẳng giống Quê Hương!
May còn chút mát khi đêm xuống,
Lòng lặng thinh nghe được nỗi buồn!

Mùa Hạ Mỹ dài ba, bốn tháng...
Mùa Đông cũng vậy, dài lê thê!
Xuân Thu: thoáng chốc cho hoa nở
Bốn tháng hai mùa... chẳng có chi!

Có những giọt mưa thềm gạch chớ!
Có được sum vầy bạn với ta...
Đời gói trong câu: Cơm với Áo
Đời như Ảo Tưởng! Đời bao la...

Bao la, bát ngát, mênh mông... chữ
trong Tự Điển nhìn... nước mắt tuôn!
Có hỏi: "Sao đi, buồn để lại?"
Rồi thì tự đáp: "Cuộc tang thương!".

Xưa, đời dâu biển lưu trong sử,
Nay, cuộc tang thương... chuyện để dành!
Mai mốt viết chơi Hồi Ký, đọc
và... nhìn nước mắt chảy long lanh?

*

Hỡi ơi chí lớn trong thiên hạ
Anh với tôi và chị với em!
Mẹ với Cha và hàng xóm nữa
Nhớ gì, viết lại, cũng lem lem...

Ảnh: NTN

Nước Mắt Nụ Cười

Hồi tối lạ thật lạ: Nằm mơ, thấy mình về. Thấy mình đang ở quê, thấy Mẹ Cha, thấy cả / khu vườn xưa hoa lá / xanh phía trước, phía sau. Mình đi thăm hàng cau / nghe lá rung xào xạc, thấy giàn dây mác mác / trái tròn như trứng gà...

Thuở thái bình rất xa / bỗng dưng hiện trước mặt. Không thứ gì là mất, nghĩa là tất cả còn! Mình không vui, không buồn... mà nghĩ mình đi lạc giữa rừng hương thơm ngát / gió đưa qua cánh đồng...

Không ai vui, ai mừng: Mẹ Cha như tượng sáp, rờ chắc tin là thật, sao nhìn như khói nhang? Nghe trên má mình lăn những giọt nước mắt lạnh!

*

Hồi tối mình không tránh / được, một giấc chiêm bao! Mình không hiểu tại sao / hôm nay bài thơ mới / mình đặt một dấu hỏi / bên cạnh một dấu than.

Rồi mình lại lan man... Và bài thơ đó vậy! Quê nhà mình chỉ thấy / ngộ kỳ, những đêm mơ? Con bướm bay trên bờ cái ao sen đỏ thắm... Cái màu đỏ của nắng, cái màu đỏ long lanh...

Nói nước mắt, không đành. Nói nụ cười, không phải.

Trời Vẫn Mưa Còn Mưa Tiếp Tiếp

Mưa vẫn mưa, đúng như tin thời tiết. Mưa suốt ngày Chúa Nhật, mưa tiếp tới Thứ Hai.

Mưa kéo dài những giọt mưa bay... Mưa không cánh mà mưa bay thật ngộ!

Chim có cánh lại không về theo gió. Đời buồn hiu, mưa tăng thêm buồn hiu!

Không ai nói mưa mưa ít hay nhiều, không có ai đem cái thau hứng nước...

Có lẽ sợ mưa làm chân lỡ bước? Có lẽ sợ mưa làm xước cánh tay?

Mưa bay mưa bay mưa bay... Câu hai chữ cũng là Thơ em nhỉ?

Tình một chữ, kéo dài mút chỉ... Một ngày tù buồn chớ... một Thiên Thu!

*

Một thoáng mơ hồ, anh nhắc ngày xưa. Một thoáng bây giờ là mưa châm chích!

Phải chi còn bé thơ, em với anh mình nghịch, buổi tan trường... giữ cái cặp... không mưa!

Chúng mình giữ mãi những bài thơ - những tờ giấy trắng, những bài thơ chưa viết!

Em ơi em hôm nay mưa tiếp tiếp, một mình anh ngồi ngó con đường mưa...

Bây Giờ Ngày Nửa Ngày Thôi

Bây giờ... ngày nửa ngày thôi: sáng e ấp nắng, trưa trời âm u. Sẵn sàng để đón mùa Thu, lá xanh đang úa rồi từ từ rơi...

Bây giờ, ngày nửa ngày thôi. Dẫu còn một nửa hơn ngồi phủi tay? Triệu người đi đó đi đây, sống tha hương để thấy ngày tha hương!

Dĩ nhiên ai cũng nói buồn, may ra đám trẻ đến trường thì vui? Chiếc xe bus vàng thả hơi khói xanh mấy cọng chút bùi ngùi bay...

Hôm nay tôi nói về ngày: chút gang tấc đủ ngất ngây ít nhiều! Mai không có sáng, còn chiều, mùa Thu, Đông vẫn cố phiêu phiêu bồng!

Em à, thương chẳng nên đong... bởi bao nhiêu nhớ ở cùng tóc xanh! Bờ sông gió có rập rình đủ khuây khỏa nhé lòng mình xót xa!

Biết Ai Tâm Sự Đời Nay
Mà Đem Non Nước Làm Rày Chiêm Bao
_(*)

Sáng hôm nay lạ nha, bầy chim đâu không thấy?
Bầy quạ không đến nhảy Sol Mì Sol mái nhà...

Trời, bầu trời bao la không một làn mây vướng!
Nắng trong vắt uốn lượn nhấp nhô sóng trên đường...

Tôi đang ở trong vườn muốn cởi trần tắm nắng.
Đời, chỗ nào cũng vắng, tại lòng mình hoang vu...

Còn đang Hạ, chưa Thu! Còn bứt đầu tóc rụng...
Còn biết mình còn sống... thở trời ơi... Quê Hương!

Tôi nhớ lại khu vườn nhà quê chim sáng hót. Tôi
thèm một chút ngọt trái khế vừa chín hườm...

Tôi buồn tôi buồn tôi buồn... nhớ cả con chuồn chuồn
trên cỏ! Muốn xách tai con thỏ quay tròn Sol Mì Sol...

(*)   *Thơ Nguyễn Trãi*

Có Lẽ Vì Không Có Gió
Con Trăng Đứng Khóc Trên Trời

Hai mươi cánh thiếp gửi đi
có ba hồi âm gửi lại...
coi như lòng vui đã toại
coi như mình còn người thân...

Không có gì để bâng khuâng
trăng Thu một vầng sáng tỏ
thấy rõ vườn trăng, Ngọc Thố
nằm ngoan dưới chân Chị Hằng...

Thả khói thuốc thơm lên trăng
nhận lại mùi hương quê quán
còn nghe chút tình lãng mạn
bờ tre gốc rạ... ngày xưa!

Cánh thiếp để trong bì thư
chắc đã phập phồng thương mến?
Ai xem xong thì cũng liệng
một ngày thương nhớ rồi quên!

Quên đi quên đi nghe em
quên đi quên đi nghe chị
quên hết nha chàng chiến sĩ
có gì ràng buộc nhau đâu?

*

Nhớ Má nói chỉ một câu:
"Con đi thư về thăm Má".
Đường con đi xa, xa quá
Má gần mãi mãi Quê Hương...

Má gần mãi mãi như sương
đêm Thu bức tường ràn rụa
có lẽ vì không có gió?
con trăng đứng khóc trên trời!

Có Một Bài Thơ Không Phải Thơ

Hôm qua chừ trời như ủ ê. Buồn từ phố thị đến miền quê? Con đường vắng lặng, cây không bóng. không có người đi, không ngựa xe...

Có cơn bão lớn xa xa lắm, đuôi bão về đây nên có mưa... Mưa nhẹ. Mưa buồn không có nước, không lời nào nhặt để nên thơ...

Tự dưng tôi nghĩ như người dại. Không ai cấu cào vẫn thấy đau! Ngó mãi bàn tay lòng trống rỗng / ngửa làm chi khi mưa cứ bay?

Cuối tuần, người Mỹ không đi phố. Nghe nói người ta vacation. Xa lộ rộng rinh ngày Thứ Bảy. Hôm nay mưa mình không thong dong...

Hồi nãy tới giờ tôi lăng đăng, hồn theo mưa và hồn lang thang... Rằm rồi mình chẳng lên Chùa cúng, chỉ ở bàn thờ có thắp nhang...

Oan hồn uổng tử trong mưa gió mà gió mưa như rất ngập ngừng. Chỉ Giáo Đường chuông thong thả rót / lòng bàn tay đầy lòng bâng khuâng!

Ôi bài thơ này như không thơ! Tôi làm làm chi cho bơ vơ... từng con chữ nối theo hàng chữ. Bút cạn, hồn khô, mực bỗng mờ...

*

Ước nhỉ thấy ai đang chải tóc, thấy trời xanh có mây bay ngang, thấy hoa trước ngõ vài ba nụ, thấy bướm bay bay, thấy áo nàng...

Đò Đi Không Về Bến Cũ

Ba, bốn hôm rày không có nắng
Mặt trời lên trưa lắm ngọn cây
mà không hồng chỉ xám xám, lạ ghê
Mùa Thu mới, cái gì trông cũng mới!

Nắng lành lạnh nghe như buồn vời vợi
Với tay lên, tôi hái nắng tôi hôn!

*

Tôi nghĩ đời tôi mai mốt có còn
là chút nắng chờn vờn qua cửa ngõ...
là áo dài em vừa bay qua, gió
nhẹ nhàng như nhánh cỏ đồng xanh...

Nắng mùa Thu là nắng rất mong manh!
Tôi còn lại cái mong manh, chắc đẹp?
Như tóc em có cài cây kẹp
rất là xưa - kẹp ba lá - long lanh!

Những ngày xưa không đâu là thị thành
Người ta họp chợ, chợ tan trước xế!
Chúng ta có một thời chiến tranh, tuổi trẻ
Lúc tuổi già: Hòa Hợp Bóng Mây Bay!

*

Tôi nhớ em! Tôi nhớ quá chân mày
mây rất trắng ùn lên tràn dãy núi
cái chân mây bao nhiêu lần tôi tới
rồi lui về nhìn thời gian trong hàng rào...

Nắng buổi trưa này còn xanh cây đào
Tôi nín thở. Tôi sợ ào ào lá rụng...
Áo dài ơi... tôi thèm những ngọn sóng
Cuốn tôi về hôn nhé gót chân em!

Mùa Thu rồi Mùa Thu Mong Manh Thương
chừng đó đủ cho vòng tay ôm bóng Nhớ...
Cái Trọn Vẹn Là Chuyến Đò Đi Lỡ
Lỡ Hẹn Hò Hoài Là Lỗi Mẹ Cha Sao?

Hai Vùng Trời

Mới tám giờ hơn Đà Lạt, em trùm chăn, ngủ mất rồi. Trước đó em đã có lời: "Em chào mừng anh buổi sáng!".

Nghĩ vui... mình còn lãng mạn là mình còn mãi mình thôi. Mái tóc xanh tươi một thời, cảm ơn núi đồi còn cỏ...

Em ngủ em như con thỏ... mai dậy đi chơi trong rừng. Mai dậy, Đà Lạt sáng trưng, anh chào mừng em buổi sáng!

Anh không còn chơi súng đạn, bây giờ anh vọc câu thơ! Nửa Thế Kỷ qua không ngờ, chúng ta đã thành trụ điện!

*

Đường trường xa, con ngựa chiến bay mờ thung lũng mù sương... Những đêm trăng, những buổi sáng tinh sương, những ban trưa nồng nàn nắng... cọng khói lam chiều lẳng lặng.

Đời người còn giấc chiêm bao!

Hôm Nay Trời Trở Lạnh

Hôm nay trời trở lạnh không đột ngột ngỡ ngàng...
vì lịch in rõ ràng: Ngày Của Mùa Thu Mới!

Tôi thức dậy hồi tối, ra nhìn trăng mù sương. Mờ
cả dãy đèn đường. Mờ luôn con mắt chắc?

Rồi... hai chữ Tổ Quốc hiện ra trên bài thơ - thói
quen tôi bao giờ: Ghi lại điều thoáng nghĩ...

Nó không là Nhật Ký... mà chỉ là thói quen! Chắc
chắn tại vì em... làm cho anh thương nhớ!

Tất cả Lính đều lỡ - Lỡ một cuộc làm người! Những
bãi tha ma ơi... đêm trăng mờ bên suối!

Hai cái chân em duỗi do giùm đi Thiên Thu!

*

Tôi viết thế làm chi? Thơ "Tự Do" có thể? Chút
lòng cho nhân thế? Chút tình phơi thảo nguyên?

Bốn tám năm bình yên, ai nằm nghiêng cũng biết
là mình sống, chưa chết, ... còn như trăng, Trung
Thu!

*Chiếc bánh cắt làm tư: Bạn bè ơi bốn hướng... Gọi
bạn bè, đau đớn! Gọi mình... nghe bẽ bàng!*

Hôm Nay Mùa Thu Mà Chưa Thu

Hôm nay mùa Thu mà chưa Thu,
cây còn xanh lá, đất còn khô.
Hình như cái nắng chưa buồn héo
thì chắc mai trời cũng chẳng mưa?

Trời vào Thu chưa buồn chưa buồn
mà nói vui thì... không vui luôn!
Hôm nay Thứ Bảy không xe bus,
gió chạm rung rinh cánh cổng trường!

Gió chạm mặt ai như có bớt
cái hồng hoa hồng ngày hôm qua?
Gặp nhau chỉ nói chào chưa đủ,
mà nói gì thêm? Người đi xa...

"Họ đã xa rồi, khôn níu lại,
lòng thương chưa thỏa, mến chưa bưa!"
Xưa, Hàn Mạc Tử trầm ngâm thế!
Ai cố nhân hề... xưa cũng xưa!

Ta phố người dưng thương phố cũ
Mỗi độ Thu về phố ngát hương!
Mỗi dịp Thu về đi chạm mặt
Sao buồn bắt chợt, nhớ thêm thương?

Mười năm mười năm hơn mười năm...
Không mùa Thu nào quên trăng Rằm!
Trung Thu là Tết thời xanh tóc,
nay vẫn trăng ngà đâu dáng Xuân?

Ai chắc xuống thuyền đi qua sông
Cổng trường mùa Thu nao nao lòng
Bà Cai sáng mở, chiều ra khép
Chỉ gió vang thầm tiếng nhớ nhung...

Tôi muốn bài thơ chiều thật đẹp
có lá vàng bay trong nắng rơi,
có mặt trời xanh chiều bữa trước
có ai áo vàng mây trôi trôi...

Một Hai Ba Bốn

Đếm đi em! Cô bé... Những chiếc lá đang rơi! Mùa Hè bỏ đây rồi và mùa Thu đang tới...

Những chiếc lá Bé đợi rơi kìa... gió heo may!

Nóng hôm qua đã bay. hôm nay chắc mát lắm...

Khi nào Bé nhớ nắng, anh sẽ kể Bé nghe những tiếng nắng vàng hoe trên tóc vàng của Bé...

Nắng sẽ nói nhỏ nhẹ... gió heo may, Bé à! Gió heo may là hoa, hoa đầy vườn của gió...

Gió đi vào từ ngõ. Gió làm cho lá bay. Bé hãy đưa bàn tay hứng phấn thông vàng nhé...

Đà Lạt mình diễm lệ cứ mỗi độ Thu về!

*

Tôi tưởng tượng chiều quê trong chiều này bạn ạ!
Cây phong vừa bay lá, tại sao mình không Thơ?

Ai đã đưa tay ra hứng mùa Thu rất cũ? Hứng Đà
Lạt rừng rú, hứng tóc vàng heo may...

Những câu thơ tôi bay không còn đâu điểm tựa!
Tôi tưởng tượng vì nhớ một, hai, ba... lá rơi!

*Một hai ba lá thôi... mai Thu đầy nước mắt! Những
nhánh phong hiu hắt, tuyết đọng và nở hoa...*

Một Hôm Tôi Đi Ngang Đình

Đừng buồn nhưng cũng đừng vui
Êm êm nắng nhẹ qua trời rộn mưa
Hỡi người, tôi nói gì chưa?
Tôi đương sắp nói, hay vừa nói ra?

Thơ ai? Không phải anh mà! Thơ Hồ Dzếnh nhé, không là thơ anh! Em nhìn kìa, trời rất xanh, em, anh, bóng nắng, chúng mình nắng soi...

Hồi nào hai đứa một đôi... Hồi nào em bỏ anh rồi... mình xa. Em qua con sông, em qua. Em mười bảy tuổi trăng tà đêm nao! Hình như trăng đã nghẹn ngào... Em ơi sau đó, anh vào rừng sâu. Anh băng qua suối không cầu, mưa bay trên núi, anh dầu cây che...

Em xa anh, em đâu dè, trăng kia núi nọ, câu thề... thiên thu! Anh đi hái trái mù u, thả lăn dốc đứng... nhìn màu thời gian. Cờ bay... tới lúc cờ tàn. Hai mươi năm vậy, Việt Nam mình buồn!

Em mười bảy tuổi như sương. Anh bao nhiêu tuổi một đường ngã ba! Giận nhau, Nam Bắc không hòa, em, anh không giận vẫn xa... đoạn đành! Nhiều khi anh ngó trời xanh, nắng xưa đâu mất bóng hình ngày xưa?

*

Hỡi người tôi nói gì chưa? Tôi đang sắp nói hay vừa nói ra? Cuối đường... lại gặp ngã ba! Cuối đời đâu nhỉ ai ta với mình?

Một hôm anh đi ngang Đình, em ơi trúc vẫn màu xanh tuyệt vời. Mái Đình ngói đỏ rêu phơi. Ao Đình sen nở ai người ngắm hoa? Ai người mặc áo bà ba để cho gió lật ôi là cố nhân!

Người Chiêm Nữ Như Hoa Múa Trên Thềm Nguyệt Bạch

Hôm nay mùa Thu về, tôi mở cửa chào nắng, chào nước Mỹ yên lặng... Đường vắng hoe. Mùa Thu!

Hôm nay không sương mù, không mây. Trời trong vắt. Thèm thấy giọt nước mắt trong mùa Thu tha hương!

Nước Mỹ rất dễ thương vì ai ở nhà nấy. Cũng chưa ai thức dậy. Ngày bắt đầu mười giờ...

Hoa mười giờ như mơ nở trước mùa băng tuyết, nở trước khi mình biết lòng mình lạnh ra sao...

Nhớ Thế Viên, ôi chao! "Sáng nay bên bờ sông thấy em bên song cửa, mây trắng trôi tần ngần, tóc em vàng một nửa, ta nhìn xa chợt nhớ mây-mùa-Thu-năm-nao... Lòng bỗng dưng nghẹn ngào vì sao ta thương nhớ? Bởi vì quá nhớ thương!" (*)

Người đưa thư ngoài đường. Chiếc xe thư đậu đó... Hình như trời không gió... chỉ cánh thư bay bay...

Tôi nhớ ai hôm nay? Sân trường và tóc thả. Tóc bay hay là lá? Lá mùa Thu lao xao... Gót chân ai hoa đào nở ôi mùa Xuân cũ!

*

Ta thèm nghe gió hú...
Rừng mùa Thu rất xa!

Bonjour America! Anh hôn em ngón út... Ngón tay bàn tay ngọc, ngón chân bàn chân ngà. Người Chiêm Nữ như hoa múa trên thềm nguyệt bạch...

Mùa Thu ơi nước mắt giọt nào cho Quê Hương?

(*) *Thơ Thế Viên.*

Sáng Nay Như Hôm Qua

Sáng nay như hôm qua: Trời sương mù, không gió, không thấy gì là Có, cũng chẳng gì là Không!

Vẫn trước mặt con sông cạn lòng Los Angeles. Những Thiên Thần đâu hết? Những bầy chim... vắng hiu!

Buổi sáng không phải chiều. Mùa, biết còn trong Hạ. Sắp Thu, cây còn lá, lá xanh một màu xanh...

Mình không đi loanh quanh trong khu vườn rất hẹp. Từng bước mình đã hết dặm dài của năm Châu?

Một câu hỏi đâu đâu có đau đầu chút chút. Lại vào nhà uống thuốc... kẻo quên mà phiền hà!

Cây xanh nào cũng già. Tình xanh nào cũng cỗi. Mình chào một ngày mới...hình như không phải chào?

Ai cũng mơ ngày sau. Ngày sau là quá khứ. Tôi ngậm vài con chữ thả ra nhìn mù sương...

Tại sao người ta thương một mà tới chín nhớ? Tại sao em hoa nở trong anh từng bài thơ...

Đời sống là giấc mơ? Quê Hương thành Cố Quận, ai ống quần đen xoắn, gánh gồng chi núi sông...

Mười Năm Trở Lại Con Đường Cũ

Mười năm trở lại con đường cũ, xe kẹt xe lăn mỗi thước đường! Xa lộ mở ra đường vẫn vậy, bụi mờ bay bay như mù sương!

Mười năm cứ tưởng đường đi suốt, khi đổi làn xe biết lỡ rồi / mà cứ chạy thôi vì đã lỡ. Chạy thêm, quay lại, thấy vui vui...

Té ra đường cũ mình không cũ / vẫn thế này xưa thương nhớ ai... Khi mở máy xe mình nhắm hướng, đường xưa cũng có kẹt xe hoài...

Mười năm trở lại nhìn khu phố. Phố nay lầu cao, cao hơn mây... Ai ở từng trên mình đứng dưới, mây đùa trên tóc lượn trên vai...

Người ơi người của mười năm trước, của con đường xa từng phút đi... Đã bao nhiêu giờ em có biết? Đã mười năm rồi... em vu quy!

*

Hình như tôi dệt bài thơ để / đôi khi nhìn như cổ tích chăng? Ai biểu tự dưng em hóa nguyệt, mười năm dài bao nhiêu con sông?

Trời Không Nắng Trời Không Mưa

Trời không nắng, trời không mưa, trọn hôm qua đến buổi trưa hôm này. Thương làm sao lá trên cây xanh trên cây đó rồi bay sắp rồi. Vài ngày, Thu tới mà thôi... bởi không có nắng là trời ủ ê!

Có người vui: a! Thu về. Có người buồn lắm, nhớ quê lại nhiều! Lại chiều chiều, lại chiều chiều... trông về quê Mẹ chín chiều ruột đau! Tự dưng mình nhớ ca dao, nhớ con ngõ trước đường sau ngôi nhà...

Nhớ vì... ai biểu đi xa? Đã hai Thế Kỷ! Ôi là thời gian... Vườn chưa vương một lá vàng mà hai con mắt rụa ràn mù sa... Nhớ mà chiếc áo bà ba Mẹ hay mặc để cho Cha hôn hoài... Màu gì của áo cũng phai, màu trăng Thu, ngộ... ai mài, sáng trưng?

*

Sáng nay không mặt trời hồng, trưa nay chắc cũng không bồng bềnh mây! Không đêm không cả ban ngày. Không vui! Buồn chắc đã đầy bài thơ? Nhớ hoài những tiếng ầu ơ, mai con về để bàn thờ Ngoại nha?

Bài Thơ Này Buồn Em Thấy Thì Đọc

Em ơi Đà Lạt, anh gọi em hoài... ba lăm năm bay... mưa ngoài cửa sổ!

Anh biết em khổ vì em nhớ anh! Bốn tám năm dành mình xa mà được!

Anh tù là phước còn có ngày ra! Sáu năm nhớ nhà... về, tìm, ngơ ngác!

Chao ôi Đà Lạt... bây giờ vẫn mây! Mây trắng ngọn cây, những cấy thông trắng!

Cái đầu anh nặng, tóc bạc hết rồi... Hỏi em? Xa xôi! Đang Vùng-Kinh-Tế!

Em ở Đạ Tẻ. Em ở Đạ Oai... Em thành con nai... lối rừng nẻo thuộc!

Anh đốt điếu thuốc. Nhả khói nhìn trời.. Nhìn mưa. Mưa rơi. Mưa trời. Nước mắt!

Anh về Đà Lạt... sau sáu năm tù. Phật nói như như... ngồi yên Thiền định.

Bao năm anh Lính? Bao năm anh Tù? Bao năm Thiên Thu? Trường Sơn một dải!

Ai bảo em được sinh làm con gái
để anh thề chê hết thảy giai nhân!
Đường Hai Bà Trưng, con đường lên dốc... con
đường gió tốc tà áo em xưa...

Em ơi giấc mơ kéo dài lầm lũi...
Hai Thế Kỷ ơi... ới ời thời gian!
Miên man miên man tôi tàn tôi tạ... Lậy Trời cao
quá. Muôn ngả đường sương!
*Bài thơ này buồn, em thấy thì đọc. Em chải giùm tóc
cho anh nhớ em...*

Bonnuit Amour

Nắng đã nguội
và chiều coi như hết!
Người con gái nói với người con trai: "Tạm Biệt!".
"Em chào anh!".
- Yêu quý! Anh chào em!

Nắng đã nguội!
Môi nồng nàn chưa tối.
Họ chia tay bịn rịn thấy mà thương!

Ngày hoàng hôn.
Nói như thế là buồn...

Mây xám tụ ở chân mày hai đứa.
Người con trai và người con gái.

Tình Yêu!
Xuân Diệu đúng: "Có nghĩa gì đâu một buổi chiều?
Nó chiếm hồn ta bằng nắng nhạt, bằng mây nhẹ nhẹ
gió hiu hiu...".

Ảnh: NTN

Chút Gió Mùa
Mây Trôi Lang Thang

Trời muốn mưa mà chẳng có mưa,
Đất khô cằn cả cỏ và hoa...
Lát đây rồi nắng lên chiều xuống,
Bát ngát sông ơi tiếng gọi đò!

Ai có xa quê thì chắc biết
Mình buồn trời đất có vui đâu?
Sáu câu đã nghẹn, thêm chi nữa?
Thu mới về nghe đã hết Thu!

Một chiếc xe qua không thấy bụi,
Thêm vài chiếc ngược, bụi không bay!
Ở đây sạch đến cây không lá
Càng nhớ bao nhiêu chiếc áo dài...

Áo đuổi bụi bay từng lớp học
Áo thấm mồ hôi phảng phất hương...
Ngày xưa ngày xưa Thầy đứng lặng
Các em hiền như sương trên sân sương!

*

Các em hiền khô... như cỏ hoa
Không mưa, không nắng, không chan hòa...
Chỉ vàng... vàng thấy vàng hiu hắt
Chút gió mùa mây trôi lang thang!

Chuyện Thường Ngày Rất Cũ

Người đưa thư đi qua, số nhà ông không ngó, có lẽ vì không có cái thư nào để đây...

Ông đi như đám mây vừa bay qua trước mặt. Ông đi không lật đật... vì ông có thì giờ...

Rồi ông cũng để vô cái hộp thư nhà nọ, một xấp thư đúng chỗ của nó. Cái hộp thư.

Ông đi qua bên bờ lề kia, ông quay lại. Bây giờ ông dừng mãi bởi nhiều nhà có thư...

Ông đi rất bơ vơ, hình như là thường lệ. Ai đi ngược mặc kệ, ông làm việc của ông...

Một đoạn đường đã xong, ông lên xe đi tiếp. Ông cứ làm cho hết công việc ông trong ngày...

Tôi vẫn còn đứng đây, cổng nhà tôi, tôi đợi: cái gì đó sẽ tới, thí dụ một phong thư...

Người đưa thư đã qua... và tôi không gì cả! Tôi không buồn, ngộ há? Không có thư, không sao!

*

Tôi nhớ lại hồi nào tôi chờ thư như thế, trừ Chúa Nhật, ngày Lễ, ngày thường... thường trông mong...

Nhà tôi bên dòng sông. Con sông dòng nước chảy. Chuyện mỗi ngày tôi thấy: nhiều đám mây bay qua...

Người đưa thư đi xa... em xa theo từng bước. Mình có một thời trước, mình không có thời sau...

Bài thơ này lẽ nào tôi hiền như thoáng gió... Em chắc còn tóc xõa, gió hiền hương hoa xưa?

Dẫu Chi Cũng Là Xuân Trong Lòng Tôi Vậy Đó

Có ngôi nhà nho nhỏ trên cánh đồng cỏ vàng, cứ mỗi độ Xuân sang cây đào đầy hoa nở...

Có một điều đáng nhớ là chỗ mình ở ước mơ giống như chuyện đời xưa bà Ngoại mình hay kể!

Ngoại kể không phải thế mà hao hao thế thôi! Ngôi nhà ở trên đồi xung quanh là thảm cỏ...

Người ta nuôi nhiều thỏ, thỏ ăn cỏ hàng ngày. Người ta đi đó đây, cuối ngày về vui vẻ...

Nhiều khi mưa có ghé làm tươi mát mái nhà. Ngói màu đỏ như hoa của cây đào cô độc...

*

Chắc cây đào có khóc vì nó đứng một mình? Ai nhỉ
đứng làm thinh nếu không bè không không bạn?

Chiều chiều khi tắt nắng... người ta về... ngắm hoa!
Bỗng dưng tôi nhớ Bà / Ngoại của tôi, lắm lắm...

Ngoại bây giờ thăm thẳm. Mạ cũng đâu có còn!
Tôi có còn Quê Hương? Tôi có còn hy vọng...

Bao giờ tôi được sống trong ngôi nhà ước mơ...
Bao giờ tôi thấy hoa nở rơi đầy trên cỏ?

Bao giờ những con thỏ với tôi trên núi đồi?

Đưa Tay Gạt Mắt Còn Rơi Lệ
Đà Lạt Mình Mưa Tới Xứ Người

Giáo dục ngày xưa giản dị:
Học trò đi học đơn sơ,
Các em mang giày cao su
hay là guốc vông, gỗ mộc…

Các em, ít em uốn tóc,
Nữ sinh đẹp nhất: tóc thề!
Các em không phải mệt mề
ngồi nghe những bài chính trị!

Tới trường, Tiên là học Lễ,
Ở trường, Hậu là học Văn
Con gái học cả nấu ăn,
biết việc Nữ Công Gia Chánh.

Các em có thể bị đánh
nhẹ nhàng thước kẻ lòng tay;
nước mắt của Cô của Thầy
nhỏ theo thay lời trách móc!

Dĩ nhiên là các em khóc,
Giờ học mất đi ít nhiều…

*

Tôi kể lại thôi, bấy nhiêu
cái thời tôi đi dạy học,
cái thời tôi cũng xanh tóc
giỏi giang hơn chút chút thôi...

Trường đầu tiên ở trên đồi,
Trường sau ngay trong thành phố.
Tôi từ Thầy Giáo trường nhỏ,
Lính về chuyển ngạch trường cao...

Cuộc đời tôi giống chiêm bao,
ở chặng đời nào cũng mộng!
Tôi chết hay là tôi sống
Dặn lòng Đất Nước luôn yêu!

Các em, nữ sinh diễm kiều,
Các em, học trò yếu đuối...
Các em, Tình Yêu vời vợi
khi tôi sau Lính... ở tù!

... Bây giờ, đại dương, con tàu...
Bây giờ, trời xanh, mây khói...
Đường về cao hơn ngọn núi!
Đường về sâu hơn biển khơi...

Các em của Thầy, đâu rồi?
Các em của Thầy, quá khứ!
Các em của Thầy, lịch sử!
... từng trang, thấy tấm hình xưa!

Đưa tay gạt mắt còn rơi lệ
Đà Lạt mình mưa tới xứ người!

Hoa Vạn Thành Em Ơi Tím Nhung

Tôi đứng lại nhìn hoa tím nở
bên rào không thấy bóng Giai Nhân!
Nhìn lâu mới thấy trên nền cỏ
ai đó vẫn còn để dấu chân!

Những dấu chân son thời Đức Trọng
tôi về Lạc Dương hoài mơ màng...
Nghe người ta nói ai Tùng Nghĩa
tôi ở Tùng Lâm buồn chứa chan!

Tôi lên Vạn Thành qua mấy núi
mấy đèo mây và mấy đèo sương...
Tôi mua vài bó hoa Thu Thảo
không biết hoa nào ai mến thương!

Ai đã đi qua còn để lại
áo dài bay trong sân trường xưa?
Tôi biết tương tư là cái bệnh
tôi vuốt ve hoài ai như Thơ!

*

Mười năm trở lại, qua Tùng Nghĩa
trường Đức Trọng kìa ai khác ai?
Không phải áo dài như bữa nọ
mà sơ mi mà quần không gió bay...

Tôi yêu tôi chỉ yêu người ấy
hoa tím, áo dài, mây tím trôi...
Mây trôi lên dốc Prenn tím
còn tím muôn năm bóng dáng người!

*Có con chim bay về mịt mùng
có phấn vàng bay trên ngàn thông...
Không ai thấp thoáng rào hoa tím
hoa Vạn Thành ai ơi tím nhung...*

Khi Giấc Mơ Biết Bay

Anh đỡ tóc cho em
nằm hết trên mặt gối
anh yêu em từng tối
anh muốn em ngủ ngon...

Tôi nói với người thương
và nhìn nàng nhắm mắt
tình yêu là có thật
khi giấc mơ biết bay...

Không phải chỉ đêm nay
mà ngàn ngàn đêm trước
khi hai chữ đen mướt
Trời nhuộm riêng cho em!

Em là một nàng Tiên
đứng giữa bầy Tiên Nữ
anh làm người đày tớ
phụng thờ em cái Duyên!

Mái tóc em không riêng
mà của chung Trời Đất
nó là nguồn suối mật
chảy từ nguồn núi cao...

Anh diễn tả cách nào
em vẫn là hoa mộng
dập dờn hồ gợn sóng
dập dìu sen nở hoa...

Một đêm một đêm qua
ngàn ngàn đêm về lại
em là người con gái
tóc huyền thương rất thương...

Mai mình lên đồi sương
anh hái cho em nắng
món quà mà anh tặng
em thôi - lòng thiết tha..

Chừ em ngủ đi nha
anh hôn em trên ngực
những tàn nhang hạnh phúc
là hoa cúc vườn Thu!

Em À Chiều Đang Lạnh

Sao người ta nỡ xé những bài thơ của tôi?
Sao người ta lại cười... kìa thơ bay như lá!
Tôi làm thơ mệt lả, chỗ nào ngả bây giờ?
Tôi nhặt từng mảnh thơ... thấy lòng tôi từng mảnh!
Em à, chiều đang lạnh, cài nút áo em nha?
Đà Lạt mình sương sa... tại tóc em bay chớ?

*

Tình Yêu là giả bộ nói với cỏ với hoa...
Nói với những tháp ngà xây lên từ giấc mộng...
Ai trên đời này sống đến muôn đời tương tư?
Nguyễn Công Trứ làm thơ cho chữ Tình câu hỏi:
"Cái tình là cái chi chi mà nó giục được người thiên
cổ dậy?"
Tôi bật que diêm cháy đốt điếu thuốc nhìn mây...
Tôi hôn em bàn tay - bàn tay em mới xé
những-bài-thơ-của-Lệ!
Em có quyền làm thế vì anh yêu quý em!

Một Bài Thơ Tự Do

Sáng nay không giống sáng hôm qua: trời lạnh nhiều hơn... dưới mái nhà. Chim đã bay rồi đem cái ấm... để mình lạnh lẽo một mình ta!

Tự nhiên tôi nhớ hơi thơ cổ, tôi nghĩ người xưa lạnh thế này? Thức dậy co ro bên bếp lửa... lửa bừng hay mỗi tứ thơ bay?

Bạn cùng lứa tuổi tôi như hết hay họ đã về thăm Cố Hương? Mở máy: email không thấy có, ngày qua ngày qua ngày bình thường!

Hình như thơ tôi Thơ-Tự-Do? Tôi hôn thơ tôi: Không thơm tho! Không vang vang nữa thời vang bóng mà chỉ hương tàn trong nắng mưa!

Sáng nay ném gạo cho chim nhặt, nửa ổ bánh mì xé ném thêm... Không một con chim nào ghé xuống! Hồn tôi tha hương bay bay lên...

Tôi buồn tôi biết tôi buồn lắm. Đọc báo quê nhà lũ lụt hoài. Nước mắt bà con theo nước chảy ra đại dương kìa những đám mây!

Đêm Qua Tôi Lại Nằm Mơ

Ngủ một giấc có mơ hai giấc
Mơ thấy đoàn xe lửa qua truông
Thấy khói bay trong mơ mà buồn
một đoàn xe lửa mà mơ hai giấc...

Nửa Thế Kỷ không còn Đà Lạt
Còn giấc mơ không một mà hai
Còn dễ thương thấy khói bay bay
Thấy mặt trời rớt trên tay: tro tàn quá khứ!

Một ngày qua là một ngày đã cũ
Mới, bây giờ là mình mới thức thôi
Đường sá dẫy đầy xe không ai bóp còi
Mình bóp bụng thương là thương Đất Nước!

Đất Nước viết hoa cho buồn thậm thượt
Đất Nước mình nhiều cái ngộ ghê nơi:
Người khỏe mạnh cầm đơn xin việc đứng, ngồi
Người dư thừa quán cà phê cứ ghé...

Đoàn xe lửa đi qua vùng quạnh quẽ
Giấc mơ tôi, hai giấc ngỡ ngàng...
Xe lửa đi qua, đứng lại mãi hoa vàng
Phấn gió thổi, tàn bay lả tả...

Mưa Mỗi Ngày Việt Nam

Mỗi ngày tôi đọc báo: Việt Nam mình gió mưa!
Năm nay không hiểu mùa gió mưa gì lâu quá!

Mưa gió ngày vào Hạ đang tưng bừng suốt Thu.
Gió như bão, vù vù; mưa như trời trút nước!

Thềm xi măng ai trượt làm đau gót chân sen...
Những đêm tối đường đèn mưa làm mờ con mắt!

Thương quá Chùa tượng Phật ướt đẫm cả cà sa...
Thương quá Maria vòng hào quang lấp lánh!

Mưa, gió và cái lạnh bay nón lá kia kìa... Mưa tan buổi trường về... học trò như con chuột!

Có mưa nào không nước?
Có gió nào không rung?
Kìa ai đó đau lòng:
Mẹ chờ con xa xứ...

Mỗi ngày tôi tư lự: làm gì cho Nước Non? Má! Má!
Má... lòng con thật không muốn Má lạnh!

Bàn thờ nến đặc quánh. Lư nhang tàn tàn nhang...
Tiếng chuông Chùa boong boong nhỏ hơn tiếng mưa đập!

Cửa kính không chừng nát như đời con Má ơi! Ôi sao tôi nhỏ hoài trong vòng tay của Má?

Những Người Sống Yêu Nhau

Những người sống yêu nhau họ dư biết cách nào để kéo dài thương mến, để bịn rịn lưu luyến... không muốn rời xa đâu!

Những người sống yêu nhau...như cây cầu Bến Hải nối liền sự phải trái... rồi có lúc phân bua, kể chuyện nắng chuyện mưa, lấy thừa chan cái thiếu.

Yêu nhau là cùng hiểu: Tại Sao Mình Yêu Nhau? Hãy nhớ: Sông Hai Đầu, Chúng Mình Hai Đứa Nhé! Tiếng cười và giọt lệ: Hoa Nở Từ Trái Tim!

*

Này Em! Anh thưa em: anh nói rồi, nói hết. Nếu ngày mai anh chết trên chiến trường, đừng quên: Tình Yêu trước hết: Em! Tình Yêu trên hết: Nước!

Con sông có chảy ngược khi biển thủy triều dâng. Yêu nhau, người ta cần hiến dâng nhau Hạnh Phúc. Mạ Ba đời khổ cực cũng chỉ vì yêu nhau, vì con cháu ngày sau, vì... biển bao trái đất!

Em ơi hai con mắt của em vì sao chao? Hơi thở em ngọt ngào, vì sao đổ em đó! Tôi hỏi em nho nhỏ, tôi hỏi em thì thầm...

Chúng tôi có ngàn năm nói với nhau như thế!... và có trăm Thế Kỷ nghe tim một nhịp rung!

Tôi ngó qua bên sông, ôi mênh mông bát ngát... Con thuyền mây trôi giạt... con thuyền mây trôi giạt... gió giạt con thuyền mây!

Sáng Nay Không Mù Sương Buồn Vương Vương

Hôm nay trời không mát, không lạnh, dù mùa Thu! Sáng sớm không sương mù và bầu trời trong vắt...

Bạn ở bên Texas nói... vẫn còn mùa Hè, dù không có tiếng ve, tiếng người than thở có!

Thôi! Ở đâu ở đó! Tin... tức ngực, tức cười. Coi như là chuyện vui, chuyện trên trời dưới bể...

Hãy nhủ tự nhủ thế, và ngày vẫn qua ngày, đâu phải lúc nào mây cũng bay không cần gió?

Hoàng Hạc về cố thổ... mịt mờ mà Cố Hương! Ai đo Thái Bình Dương bao nhiêu đường hải lý?

Hãy cứ nghĩ như vậy bởi biết đường quanh co... biết có khi sóng to, biết có khi biển lặng!

*

Giống tóc mai sợi vắn, giống tóc mai sợi dài... (*) Có những mối-tình-chay, Nam Mô A Di Phật!

Tưởng tượng ai chớp mắt, một câu! Một câu Thơ! Tưởng tượng ai ngẩn ngơ khi đoàn tàu không ghé!

Có ga là Ga Lẻ, tàu qua không kéo còi! Có những người đơn côi... đứng nhìn trời, sông, núi...

Ai làm cho nên nỗi: Người Góc Biển Đầu Non? Sáng nay không mù sương buồn vương vương con chữ...

(*) *Ca Dao: Tóc mai sợi vắn sợi dài, ở nhau chẳng đặng thương hoài ngàn năm!*

Tháng Mười Có Thật Hay Mơ Tưởng

Tháng Mười đã tới, thật hay mơ? Tôi mới đưa tay xé một tờ... tháng Chín cuối cùng như chiếc lá... mùa Thu bay kìa trước cửa Thơ!

Mùa Thu đã về... lâu lâu rồi. Cũng hơn một tuần, biết thế thôi, chờ thật lòng mơ còn nghĩ mộng... xưa nay không có tháng nào vui!

Sống bởi vì ăn nên có sống! Tỉ người còn sống chỉ nhờ ăn! Ăn gì cũng được không phân biệt, không dám mơ màng một bữa sang!

Chiếc lá trên cành còn trên cành, lá rơi là hết cái màu xanh, thời gian cũng thế, trôi hun hút, ai thấy gì đâu nữa ngọn ngành?

Không có bài thơ nào triết lý! Triết gia thì chỉ nói vài câu... Tháng Mười... kệ sách không trưng sách... bởi tháng Mười qua không quá lâu!

Xé lịch... xé thơ...rồi xé triết... Xé luôn Khổng Tử, xé Kinh Thi... Ngàn ngàn năm trước người ta biết: Không tháng Mười nào không chia ly!

*

Những tờ báo Xuân đang sẵn sàng, tháng Mười Một chắc sẽ hiên ngang đi vào máy giập từng con chữ... để tháng Giêng người ta có Xuân!

Đang đầu tháng Mười, tôi xám ngắt, sương xám màu bay về với thơ! Xin lỗi em nghe, người Cố Quận... Đã Trăm Năm Rồi Một Giấc Mơ!

Trăm Triệu Người Như Mạ Dễ Thương

Mạ sống không vui cũng chẳng buồn. Mạ chung tình với Mạ-Cô-Đơn: Thắp nhang chiều sớm cho Tiên Tổ. Mạ rất âm thầm sau chiến tranh...

Mạ có năm con, trai, gái, đủ. Đứa nào cũng có nếp nhà riêng. Không cờ không tượng nơi phòng khách. Tháng Chạp bình thường như tháng Giêng.

Cũng có nhiều khi nhà tụ tập, cháu, con Nội, Ngoại bữa ăn vui. Không ai lỡ miệng đùa chi cả, chuyện của nhà thôi, không chuyện người...

Cũng có nhiều khi Mạ thở dài. Năm mươi năm rồi chẳng hề ai đến nhà rủ Mạ đi đây đó, tranh cãi cái gì đó đúng, sai.

Mạ sống không vui cũng chẳng buồn. Ba mất... vẫn còn Nước với Non! Vẫn còn rừng rú dù thưa thớt. Thay đổi Mạ đành vậy thế gian!

Mạ với bà con sống vẫn gần, cháu con của Mạ có trăm năm... Vài vuông rau Mạ ngày chăm sóc, đêm tạnh trời riêng, Mạ ngắm trăng...

Mạ sống hồn nhiên như hồn nhiên. Mạ đi hồn nhiên không lụy phiền. Con Mạ gái, trai, đều có khóc. Không đứa nào nghe Mạ nhủ khuyên...

Tất cả trở về trong lãng mạn... Bờ sông nước xuống sóng lăn tăn... Vài con tép nhảy như là múa tiễn Mạ đi về với cố nhân!

Trong Khi Hong Nắng Tôi Thầm Nghĩ Tóc Cố Nhân Dài Trong Gió Bay

Buổi sáng ra sân tìm chỗ nắng, tôi ngồi, tôi ngó cảnh mùa Đông: Người đi thể dục run từng bước, cây lạnh rùng mình nhánh nhánh run...

Tôi không thể dục, không ham sống. Tôi muốn tôi mau chết để về. Bốn chín năm rồi không đất nước, đêm ngày dờn dợn chút tình quê...⁽*⁾

Tôi đã thành dân của xứ người, là người mà tuổi đã bay hơi! Hỏi sao không nhớ anh em lính? Nhớ học trò thương những nụ cười!

Hỏi sao không nhớ rừng mưa gió, những thớt lưng người bọc lớp da? Những lán, lều trong thời Cải Tạo, những đám dã quỳ nắng nở hoa...

Những tiếng chim rừng "cô trói cột", buồn ơi thê thiết tiếng chim rừng! Đường tàn binh mở trăm đường núi, sương phủ từng chiều những dấu chân...

Người đi thể dục chào tôi sáng, tôi cũng "morning"
đáp tạ người... Tôi biết hồ ngươi ngồi hóng nắng...
nhưng đời tôi vậy cũng đang trôi!

Sáng nắng là qua một tối mù. Ngày nào cũng thế...
cũng Thiên Thu! Mùa Đông dài lắm, dài vô tận,
sau Tết mới nhìn thấy cỏ lau!

*Trước Tết, đẹp sao vài tấm thiếp mình cầm bút viết
gửi cho ai... Trong khi hong nắng tôi thầm nhủ tóc cổ
nhân dài trong gió bay...*

(*) Thơ Huy Cận: "Lòng quê dờn dợn vời con nước, không khói hoàng hôn cũng nhớ nhà...".

Trời Đất Mênh Mông
Dẫu Lòng Người Góc Biển

Bạn Utah than lạnh, mưa gió cứ mịt mù. Bạn thấy rõ mùa Thu dìu mùa Đông đi tới...

Tôi, Cali vẫn đợi cái mùa Thu thật Thu... Nếu bão ở đâu đâu may ra đây mới ướt!

Bạn bè ngày thưa thớt, còn chuyện thời tiết thôi! Còn nghe vài tiếng cười... hình như là cay đắng?

Nơi tôi ở không mặn cũng không lạt tình người. Người Nhật ít thấy cười, người Đài Loan rất ít...

Người mình dù ruột thịt cũng phớt tỉnh Ăng Lê... Tôi không khen không chê vì tôi không có bạn...

Mỗi ngày tôi cố gắng làm một bài thơ chơi. Một mình cũng một đời. Một đời tôi còn sót!

*

Tôi đang xếp cái hộp đựng một chút thời gian, đựng Phan Thiết, Phan Rang, chút mơ màng Đà Lạt!

Tôi quên dần chỗ khác, ngay cả chỗ bây giờ! Nhiều khi thấy cái thơ bơ vơ thật tội nghiệp!

Bạn ở bên Texas khoe cánh tay rất tròn! Ôi cái chút đó thương! Ôi cái gì của em... anh cũng nhớ!

Sông bên bồi bên lở, mình lở giữa dòng sông! Trời đất thật mênh mông dẫu lòng người góc biển!

Tâm tình tôi dâng hiến.
Mây mùa Thu lang thang...

Trong Lòng Tôi Một Giấc Mơ

Nhẹ nhàng em! Nhẹ nhàng em!
Buông đi em thấy: hoa tim rất hồng,
như em mười bảy phải không?
Thuở Thu thắm thiết, thuở lòng Xuân Hương!
Nhẹ nhàng nha! Để anh hôn
câu thơ Lục Bát em thường đăm chiêu!

*

Em ơi anh nhớ có chiều
bên em hai chữ Diễm Kiều rất thơ!
Anh làm thơ trong giấc mơ,
anh yêu Đà Lạt không ngờ muôn năm!

Ảnh: NTN

Nửa Đêm

Má ơi! con rất nhớ Má!
Khi không tôi nói một mình
Quanh tôi, không có ai cả
Trước tôi là trời mông mênh...

Bây giờ tôi đang nửa đêm
Thành phố tôi đèn sáng rực
Hình như Má là Tổ Quốc?
Hình như tôi đang nhớ quê?

Ờ nhỉ! sao tôi không về?
Không lẽ tôi nghèo quá đỗi?
Hay tôi vẫn người có tội
Một thời tôi lính - Miền Nam?

Tôi có quốc tịch nhiều năm
Tôi là công dân nước Mỹ
Chắc là vì tôi tính kỹ
"Về, đi, tốn kém vô cùng"?
Có thể đó là tiếng lòng
Má à còn rất nhớ Má!

*

Thôi đừng nói thêm gì nữa
Bởi về rồi cũng lại đi
Cỏ xanh không phải xuân thì
Thấy thêm tủi- buồn-tiếc nuối...
Má ơi phải chi Má gọi
Con bây giờ nhỉ, nửa đêm!

Tôi Không Tin Bây Giờ Buổi Sáng

Tôi không tin bây giờ buổi sáng! Tôi nhớ em chạng vạng hôm qua! Tôi nhớ em như tôi ở quê nhà / nghe gió thổi tàu cau sàn sạt...

Em! Em à, có bao giờ em hờn mát: "Nhớ người ta... ai biểu đi ở tù! Nhớ người ta mà mút chỉ thiên thu! Nhớ người ta... mà đi mô thế giới?".

Em! Ơi em anh không cấm em hờn dỗi... Anh nhớ em hoài coi như mới hôm qua, Ngoại và em đi trong vườn nhà, tàu cau rụng, em hoảng hồn ôm Ngoại...

Anh nhớ em không bao giờ thấy mới... là cũ hoài, ai biểu tóc em thơm? Tóc em dài như đuôi mắt hoàng hôn / nhìn thấy ghét mà thương không thể tả!

Ba mươi năm... thật là lâu quá, anh chưa về sao lại có buổi mai? Nắng và sương, những giọt lệ tuôn dài, nhánh liễu muốn ngắn đi mà không ngắn được...

Nếu tóc em đừng đen, đen mướt, đừng Bích Câu Kỳ Ngộ, đừng quen, anh không gọi em là Thưa Em, anh không chỉ cho em hoa quỳ mấy nụ...

Anh nhớ em bao nhiêu cho đủ?
Hỏi sao trời, sao lặn, buổi bình minh!
Hỏi lá xanh, lá nhún nhẩy trên cành...
Hỏi chim sẻ... một bầy kêu chíp chíp...

*

Tôi làm bài thơ mong gửi về cho kịp / để em ôm mà ngủ... cũng khuya rồi! Biết bao giờ tôi ghé mặt xuống môi... hôn người ấy, cô học trò trường Nữ...

Bây Giờ Mùa Hoa Giấy Nở

Bây giờ
Mùa hoa giấy nở
Tháng Mười Âm Lịch rồi em
Mỗi hoa giấy hình ba trái tim
có ba nhụy hoa ở giữa
mà không có mùi để hôn!

Cổng nhà giống như cổng Xuân
thấp thoáng ra vào ai đó
Nếu hoa giấy nở màu đỏ
tưởng là nắng nở theo hoa...
Màu tím mà nhìn xa xa
tưởng ai áo dài... bỗng nhớ!

Áo dài tím trên đồng cỏ
có em cô bé tóc thề
hỏi ai lòng không thương quê?
không nhớ gió vườn cau Ngoại...
cô cháu gái đi như chạy
đuổi con bướm lạc vườn chiều...

Hoa giấy nở anh buồn hiu
nhớ Quê Hương gần tháng Chạp
nhớ mặt sông chiều bát ngát
bến đò... em thuở sang ngang
hoa giấy nở theo, màu vàng
hoa giấy nở theo, màu trắng...

Trưa nay anh ngồi yên lặng
nhìn hoa giấy nở rưng rưng.
Hoa nào em cũng nói bông
cặp bông tai em lấp lánh...
Năm mươi năm rồi đặc quánh
nước non mình đã thái bình?

Có những bài thơ không xếp đặt
anh làm chơi để nhớ em!
Ít nhiều ai biết lòng bao nặng
cho mặt cân chao chữ Nỗi Niềm!

Đường Đi Không Đến

Tưởng đi tới thấy mặt trời,
nào hay Thánh Giá sáng ngời mặt trăng!
Ánh vàng ở dưới bước chân,
tưởng là lá rụng nên chần chờ thôi...
Em à lục bát lên ngôi,
bâng khuâng ai biểu em thời Thiên Thu?

Một cơn gió lá vù vù
em bay hay hạc trắng mù thiên thanh?
Câu thơ Lục Bát đó đành
treo đây để bốn mùa tình nở hoa...

Em Ơi Mưa Thì Buồn

Mưa đúng như dự báo... Cả California mưa! Mưa chỗ nhặt chỗ thưa, mà chỗ nào cũng lạnh!

Sau năm giờ mưa tạnh thì bóng tối trùm lên! Hay nhất: ai cũng quên những ngày nắng rực rỡ!

Đèn đường như sáng tỏ nhờ mưa rửa bụi rồi. Mưa, không người đi chơi, phố không còn mở cửa...

Vẫn hoài một cửa nhớ... lòng ai nhớ thương ai!

*

Anh cứ nhớ em hoài, tại sao anh không biết! Mưa đến rồi giã biệt, em ở lại hoài nha!

Mai, anh hái nụ hoa tặng em - người yêu quý! Một vài giọt mưa Mỹ lóng lánh như mắt em!

Mười năm tưởng không thêm. Bao nhiêu mùa mưa đã? Bao nhiêu mùa thay lá, mưa tầm tã bao cơn?

Em ơi mưa thì buồn... Câu văn học trò viết. Không bao giờ dễ ghét... mưa mờ sân trường xưa!

Giấc Mơ Hồi Hương

Một giấc mơ khá dài... Tôi Về Thăm Đà Lạt, trời mùa Thu lạnh mát, tôi chỉ choàng áo laine...

Lúc đó chưa vào đêm, trăng mùa Thu đã tỏ - trăng thượng tuần thương nhớ thời mong ước tháng Mười...

Ga xe lửa rít còi, rừng thông rơi rơi lá... Rừng ngày xưa cây ngả có lẽ cũng ngàn năm?

Không nghĩ chuyến về thăm của mình dài đại hải?... mà chỉ là quan ải sau một thời thiên di!

Vài đóm sao bay bay... Đà Lạt ôi! Yêu quý! Tôi biết chớ Thế Kỷ bây giờ Thế Kỷ nào...

Tôi nhặt mấy vì sao để lên tay, tê tái! Cái ngày tôi trở lại... nước mắt đầy, rưng rưng!

*

Tôi băng băng qua rừng. Tôi lên lên con dốc. Vài cây thông cô độc rung rinh nhánh chào tôi!

Tôi, cũng cây mồ côi: đâu còn Cha còn Mẹ! Tôi không bờ vai ghé để nói lời nhớ nhung...

*

Giấc mơ tan nửa chừng! Tôi cầm tờ giấy thấm hai con mắt chầm chậm, tôi mở ra nhìn đêm!

Tôi gọi Đà Lạt, Em! Tôi gọi Đà Lạt, Má! Học trò tôi xưa thả những con diều, đâu rồi?

Tất cả đều chơi vơi giữa lòng tôi tang hải! Tang hải biến vi thương điền? Thương điền biến vi tang hải...

Hôm Nay Bài Thơ Này Vậy Đó

Hôm nay tôi ngủ nán. Quá sáng, chưa mặt trời.
Chim như đã đi chơi. Tịnh yên. Không có tiếng...

Hôm nay tôi lười biếng, không mở laptop ra. Tôi
không muốn nhìn hoa nở trên màn hình nhỏ...

Hôm nay trời không gió, êm ả đến lạ thường. Mở
cửa nhìn ra vườn, không sương... mà không đẹp!

Hôm nay hoa không liếc cho tôi một cái nhìn. Tôi
không Good Morning... vì hàng xóm chưa dậy!

Hôm nay cầm muỗng khuấy tách cà phê tan ngay...
Tôi hít khói bay bay. Hít cả hương trà ngát...

Hôm nay thương Đà Lạt trong tôi như hôm qua...
Trong tôi tới khi già. Trong tôi tới khi chết!

Hôm nay còn tha thiết một câu đó cũng thơ! Tôi
thật chưa hững hờ với lòng tôi, bạn nhỉ?

*

Hôm nay... tôi ở Mỹ ba mươi lăm năm rồi. Nhớ Đà Lạt lắm thôi - những con đường lên dốc...

Hôm nay tiếng guốc mộc tôi nghe vang xa xa... đó là tiếng sơn hà... đó là lời non nước...

Hôm nay lòng thẳng đuột thèm ơi chỗ tựa đầu. Nắng chưa lên mái lầu, bồ câu cũng không có...

Mong Thư Đi Tới Kịp
 Em Có Chiều Bâng Khuâng

Tưởng mưa, không có mưa! Chiều hôm qua như vậy... Mây tan... đèn đường thấy cái lạnh của mùa Đông!

Không con phố nào cong nên cái lạnh thẳng đuột xuyên vào người mấy lớp hai ba cái mền bông...

Mưa có đến hay không, sáng ra sân: đầy nắng. Tại mình thức dậy chậm hơn tốc độ của ngày!

Thơ mà cũng ăn chay, không lời nào cho đẹp. Hoa kia kìa khép nép... Cỏ kia kìa run run...

Chim chắc trốn trên rừng, từ chiều hôm qua, lắm? May chúng không được ngắm bài thơ, hôm nay, tôi!

*

Mấy thuở mà lòng vui thấy cõi đời hư ảo? Tiếc, cầm lên vạt áo: nắng chưa nắng-nồng-nàn!

Bài thơ có vẻ sang... chỉ nhờ ba chữ đó? Ôi nắng làm tôi ngộ "mình bản chất phong lưu"?

Vài ba chữ nâng niu một bài thơ không uổng! Hay vì tại mình muốn chép đẹp gửi cho em?

Chiều qua, tối qua, đêm... em ơi chàng nhớ thiếp,
mong thư đi tới kịp em có chiều bâng khuâng...

Nửa Chừng Xuân Con Dốc Cũ

Mình xuống rồi sao, mình xuống sức?
Bước không lên nổi nữa Dốc Nhà Làng!
Dốc không cao, con dốc đó nằm ngang
Thành Phố Đẹp, Đẹp Vô Cùng Thế Giới!

Mây và sương tưởng là cao vời vợi
bỗng vàng mơ con phố Phan Đình Phùng!
Nhà em ở bây giờ ở hướng Đông
sao hướng Tây mặt trời hồng không lặn?

Tôi trở về tuổi mười lăm xa vắng
Cậu học trò chữ lạc lõng trăm năm!
Hoa hướng dương còn mấy nụ âm thầm
câu thề nguyện của nhà thơ Nguyễn Bính! (*)

Khi giũ áo mù sương tôi có định
Trả Cho Em Hết Nắng Ở Chân Đồi
mà chân đồi còn đó áng mây trôi
trên những ngọn thông em à mờ mịt...

Tôi thèm chớ ngắm em tà áo biếc,
tóc em là, là lụa thác Cam Ly,
những ngày xưa tôi đâu có nói gì,
em mặt lạnh, lạnh như từng tảng đá!

*

Một bữa ngày về tôi thành người lạ,
bước không lên nổi nữa Dốc Nhà Làng,
mùi cà phê hay mùi hương Hoàng Lan?
và màu nắng... vẫn mơ màng. Em ấn!

Mặt nước hồ Xuân Hương gợn gợn sóng
tôi nghĩ mình tóc bạc thuở thanh niên,
tôi nhớ em... Cô Gái Rất Dịu Hiền
gót chân đỏ cái màu son chung thuỷ!

Tôi lạc lõng từ khi tôi tới Mỹ,
Tôi trở về Đà Lạt của tôi ơi!
Cả bài thơ một câu đó đủ rồi?
Tôi mất dấu, cầu Cửu Hườn... mất dấu!

(*) Thơ Nguyễn Bính:
Lòng anh như hoa hướng dương,
Trăm nghìn đổ lại một phương mặt trời.
Lòng em như cái con thoi,
Thay bao nhiêu suốt mà thoi vẫn lành!

Nước Mắt Mình Có Chảy
Thương Bạn Mình... Ngày Xưa

Không có cái gì cả! Không ai hỏi thăm mình! Mình có Good Morning, có Bonjour ai chớ...

Mặt trời lên. Hoa nở. Cỏ đang vẫy tay chào. Những chiếc xe qua mau. Con đường rồi cũng vắng!

Cái vắng như cái đắng khi mình cắn khổ qua. Nhẹ dỡ nhánh cam sà vài lá già mai rụng...

Em... cái hình cái bóng chân mây mờ mịt mây. Có cái gì hôm nay sao mình không "cảm tưởng"?

Hay là mình đã lớn xa những bài học xưa? Sao mình vẫn còn thơ để nối dài âm vận?

Những ông Thầy tóc trắng cầm tấm giấy về hưu. Học trò chỉ ngó theo... đôi giày Thầy mòn đế...

Mình cũng đâu còn trẻ! Học trò ơi! Các em! Trường xưa không cao thêm. Ngói lợp trường chắc lợt...

Gió mùa Đông phơn phớt, lạnh tê điếng không ngờ! Tất cả nằm trong mơ, mình ngồi cũng... lạc lõng!

Quê Hương! Niềm Hy Vọng bao giờ mới hồi hương? Những nấm mộ bên đường, nhang tàn tình thắp tạ.

Nhớ Kiều Thệ Thủy (*) quá, bốn câu buồn mênh mang:
"Hôm trước về thăm lại mộ nàng,
con tàu Phan Thiết đỗ Sông Phan...
Chàng trai đứng lặng trong nhang khói
tắt ngúm từ lâu dưới cỏ vàng..."

Có lần hỏi Võ Phiến: "Bác nghe có hay không?". Ông đáp, nghe đau lòng: "Kiều Thệ Thủy ai vậy?".

Nước mắt mình có chảy thương-bạn-mình-lính-trơn...

(*) *Kiều Thệ Thủy, bút danh của Nguyễn Văn Ánh, học trước tôi một lớp, thi rớt nên đi quân dịch, giải ngũ rồi tái ngũ sau Tết Mậu Thân 1968, không giải ngũ nữa. Ở Mỹ, tôi gặp Chị Cao Mỵ Nhân, nhà thơ, Thiếu Tá Nữ Trợ Tá, hỏi thăm; câu đáp: "Biết, anh ấy mất sau 4-1975 tại Sài Gòn". Tôi nhớ hai câu của anh ấy thật ngộ: "Tôi thất tình đi hôn lá hoa, bước lang thang giữa xứ sương nhòa...".*

Sáng Nay Trời Lạnh Nhiều

Sáng nay trời lạnh nhiều, mình mặc ba lớp áo. Cái ấm là hư ảo, cái lạnh là thật tình!

Mình viết cho bạn mình một câu dài như vậy... khi hai tay run rẩy, cái lạnh thấy rõ ràng!

... như mái tóc bay ngang của ai vừa qua ngõ. Lẽ nào đó là gió lùa lạnh những cành thông?

Đây Đà Lạt phải không? Thưa không mà! Không phải. Đà Lạt mình xa ngái... nửa Thế Kỷ xa xăm!

Ở đây cũng có thông... chắc cũng vì có gió, mình còn thèm gì chớ? Dốc Nhà Làng? Dốc Đu?

... gió ngày xưa vi vu thổi sương mù xuống lũng. Gió ngày xưa gợn sóng áo trắng học trò bay!

Ôi cái sáng hôm nay, hai bàn tay mình lạnh. Mình nép đâu để tránh cái lạnh rất-ngày-xưa?

Em à, Thầy đang mơ thấy em bàn chân nhỏ đạp trên từng ngọn gió, mái tóc xõa như mây...

Ở trong thành phố này, Dốc Nhà Làng không có!
Thầy muốn đi lên phố... Phố nào đây? Duy Tân...

Trường, không Bùi Thị Xuân, không Adran, Kỹ
Thuật. Thầy biết Thầy đã mất - từ khi Thầy đổi dời.

Sáu năm Trường Sơn ơi! Ba mốt năm Đà Lạt. Nỗi
buồn Thầy bát ngát... tới Trại Mát, Dốc Đu!

Em thì thôi Thiên Thu, Thầy thì Thiên Niên Kỷ, cái
gì còn cũng quý: cọng lá thông trong tay!

*

Tóc em sáng nay bay: Những đám mây vừa tới!
Chân em đi chắc mỏi, Thầy dìu nha, chiêm bao!

*Tôi nói với trăng sao đêm Mồng Mười mới lặn. Tôi
nói với tia nắng một ngày mới rét run...*

Tống Biệt Hề

Thơ... chỉ là tờ giấy chép Thơ?
Vài câu... mấy chữ... đẹp! Không ngờ!
Anh yêu em quá và thương nhớ
Em, tóc em dài con suối mơ!

Nước ở trời cao, ai rót xuống
mà thành con suối hóa con sông?
mà thành biển cả, muôn trùng sóng,
mà hóa thành mưa... rất lạ lùng?

Mà hóa thành sương... sương áo não!
Áo dài em cũng hóa mây sương?
Anh đưa tay bắt, đâu là gió?
đâu bụi hồng bay mỗi chặng đường?

Ngựa mỏi vó chưa mà đứng lại?
Buồn chi mà hí lộng rừng sâu?
Anh buông cây súng, buông là bỏ,
em vẫn là em... cái gối đầu!

Người lên ngựa kẻ chia lòng dạ
Không chia vài giọt nước mắt trong...
Hãy cùng đưa tiễn tình nhân thế!
Mưa đã, em à một nửa sông!

Con sông Bến Hải, Hiền Lương cũng
... cũng thế thôi mà xưa sông Gianh!
Xưa Trịnh Nguyễn nay Nam với Bắc
nhịp cầu soi mặt nước long lanh!

Mặt nước, mặt sông với mặt người
Mặt nào soi ở tấm gương soi?
Một đời chiến đấu rồi tan vỡ
Cây cỏ Trường Sơn đã cụt còi...

*

Núi nào cao hơn Fanxipan?
Đèo nào ngang hơn là Đèo Ngang?
Hồ Xuân Hương đã không văng tục
Một đèo, một đèo... đếm nữa chăng?

Em ơi về đi em về đi
Trăng lên rồi kìa mây trên mây
Coi như biệt ly là ảo tượng
Coi như mình còn tay trong tay!

M

Ngày xưa cứ nghĩ trăng là nguyệt
Đâu có ai ngờ nguyệt nhớ trăng!
Cũng nghĩ em hoài cô bé bỏng
Ai ngờ em đã một Giai Nhân!

Em à, có lẽ Tiên muôn thuở
là những nàng Thơ rất diễm kiều?
Ai biểu tự dưng em cái bóng
còn hình là tượng một Tình Yêu!

Em nửa phần Tiên nửa dáng người
là cành Thu có điểm hoa tươi
là mùa Xuân giữa ngày Đông rét
ánh lửa ba sinh một nụ cười...

*Anh muốn hôn em từ ngón út
từ bàn chân từ bước chân sen...
từ hương hoa ấy trầm hương tỏa
ngát bốn phương mà chỉ một M!*

Trời Hôm Nay Chiều Mưa Hay Tối

Trời hôm nay, chiều mưa hay tối?
Sáng hôm nay còn nắng tới trưa!
Tin thời tiết thông báo hôm qua...
Có thể đúng, có thể sai, có thể?

Chuyện ở đời chuyện gì cũng thế
Chưa xảy ra kệ nó... thời gian
Nghĩ tới hoài là rước cái đa đoan!
Trút gánh củi, khó trút bầu tâm sự!

Người có Đạo thì chắp tay cầu Chúa
Người không tin gì cũng bâng khuâng
Giống như tôi đang đứng rất gần
Hoa sáng nở mà bướm ong chưa có...

Tôi làm thơ nên nhiều khi cũng nhớ
Cái hồn nhiên bay qua đời mình!
Tôi tưởng tượng con bướm đỏ, bướm xanh
Bay nhởn nhơ trên chùm hoa cúc tím

Tôi giữ lại một chút nào kỷ niệm
Nếu chiều nay tin như tiên tri...
Tôi hôn em từng nhé ngón bàn tay
Tôi hôn em chút mơ hồ của gió...

Nhớ Nguyễn Khuyến hôn cúc vàng ngoài ngõ
Thấy bên trời bóng chim Thiên Nga! (*)
Bạn mình ơi có thấy xót xa
Lòng viễn xứ dòng sông trôi trong mắt?

(*)   *Thơ Nguyễn Khuyến:* "Mấy chùm trước ngõ hoa năm ngoái, một tiếng trên không ngỗng nước nào..."

Bài Thơ Vô Ngôn

Người chưa nói được hết câu, ta im lặng mới nghe đầu đợi đuôi! Người lau nước mắt đi rồi, ta hiu quạnh giữa đất trời quạnh hiu...

Chuyện xưa, xưa lắm, một chiều, ta và người ấy khăn điều chia hai... Đợi chờ hoài, phải chia tay, người về liếp cỏ, kẻ ngoài dặm khơi...

Có chi mà tội vậy Trời? Có chi mà phải hai người hai nơi? "Thôn Đông ngồi nhớ thôn Đoài, một người chín nhớ, nhớ thôi một người!" (*)

Câu thơ Nguyễn Bính lạc loài như con chim lạc bay hoài lạc thêm! Phải chi đời là cõi Tiên, em chân có mỏi anh nghiêng mình bồng...

Bồng bồng Bồng Lai mênh mông, chúng ta bay giữa cánh đồng mùa Xuân, ai kìa cấy lúa ba trăng, mình nho nhỏ hứa ba năm mình về!

Ba năm ta vẫn biên thùy! Ba năm em vẫn đỏ hoe mắt chờ. Khói lam chiều mỏng như tơ... Mưa khuya mấy giọt xói bờ biển dâu!

*

Mình về đâu? Mình về đâu? Sông Gianh, Bến Hải...
cây cầu gỗ vông! Guốc mòn, mình đi chân không,
tim đau ruột thắt mây lồng sương sa...

Hỡi ơi hai chữ quan hà, em tô mực tím anh hòa
mồng tơi! Người ta đi tận cuối đời chẳng ai quên
được cái thời Việt Nam!

*Con kiến vào lại cái hang, chúng ta đi tiếp cho tàn
tuổi xanh! Mai nào dẫu em mong manh, anh là cọng
khói cho mình hoàng hôn...*

(*) *Nguyên văn Thơ Nguyễn Bính: "Thôn Đoài ngồi nhớ thôn
Đông / một người chín nhớ mười mong một người".*

Buổi Sáng Của Tôi

Chim đâu hết rồi trong sáng nay?
Cây im lặng đứng gió không lay...
Đường không xe chạy, người không có
Trời ửng lên hồng mấy vệt mây...

Tôi đứng trên sân, cơm nửa chén
Tôi để dành cơm cho lũ chim.
Tôi ném ra sân, chim chẳng xuống
Trời lạnh băng đầy hơi bốc lên...

Hai đoạn mở đầu thơ muốn khóc:
Tôi làm thơ trật Luật rồi Thơ!
Tôi nghe mình lạnh, tôi run nhẹ
Con mắt tôi nghe lạnh muốn mờ...

Không buổi sáng nào tôi chẳng nhớ
Bầy chim yêu quý của tôi ơi!
Gọi tình mà được như vừa mới
Tổ Quốc Quê Hương chẳng cuối trời!

Tôi nhìn xa xa nhìn ra xa
Núi cản, rừng che, nắng chói lòa
Trời buổi bình minh, ngày đẹp lắm
Hoa vàng hoa tím... lá chen hoa!

Mà chim đâu mất chim đâu hết?
Tôi sẽ cầm cây chổi quét sân...
Quét hết lá và cơm để đó,
Trưa nha, chim về, chim có ăn!

Hôm nay tôi buồn chắc chắn rồi...
Mai chắc lạnh nhiều, chim bỏ tôi?
Chim có tổ nằm, tôi cứ đứng
Người không có gối, có gì vui? (*)

Chúa từng đã phán câu như thế,
Tôi nhắc cho tôi nhớ để lòng:
"Con cáo có hang, chim có tổ,
con người cái gối mãi là Không!"

Phật với Chúa Trời, Kinh với Kệ!
Con người nước mắt đổ về đâu?
Đổ vào trang sách văn thành truyện?
Hay đổ vào thơ? Thơ mấy câu...

Tôi ngó lên trời, sáng nắng hồng,
Mặt trời hay nhỉ, mọc phương Đông!
Hướng dương, vạn vật đều như thế,
Như chiếc bè trôi... chỉ một dòng...

(*) *Thấy trong Kinh Thánh:* "Con cáo có hang, con chim có tổ, con người không có chỗ gối đầu!"

Nắng Đóng Băng

Bạn có tin rằng nắng đóng băng?
Cà rem phủ láng mặt vuông sân!
Gạo tôi đem rải như thường bữa
Không con chim nào đậu xuống ăn...

Lịch vừa mới chuyển trang Mười Một
Mà tháng Mười như Quá Khứ Xưa!
Chút ấm chút nồng Thu phớt phớt
Bây giờ óng ánh một cơn mơ!

Giấc mơ ban ngày không chỗ tựa
Nhành cây tuyết cũng đóng băng rồi!
Trái cam, trái quýt thành bong bóng
Trong suốt như trong nó: Mặt Trời!

Nắng đóng băng thôi, lòng hết nắng!
Lỡ làng không khéo chạm tay nhau
Sáng nay có hẹn thăm người bạn,
Sẽ lái xe xa... lạnh thế nào?

Nghĩ tới đường xa... chân buốt buốt
Thơ Nguyễn Du nhơ nhớ buồn buồn! (*)
"Đường xa nghĩ nỗi...", hay đừng nghĩ?
Băng? Tuyết? Sương Mù?... cũng chỉ sương?

(*) *Thơ Nguyễn Du: Đường xa nghĩ nỗi mai này mà kinh!*

Ảnh: NTN

Vì Mùa Đông Chẳng Phải Mùa Thu

Bây giờ đang giữa mùa Đông / em không biết hả, cứ bổng mùa Thu? Thương em nhớ Mạ ầu ơ, ôm em mong ấm để chờ mùa Xuân...

Ngày nào em như vầng trăng, Ba hôn Mạ sợ cắn lầm phải em... Ngày nào em ngủ, ngủ quên, Mạ Ba nằm cạnh, cái mền thêu hoa...

Em ơi thương lắm em mà, lá rơi kệ lá vì hoa chưa tàn. Xuân, Thu hay Hạ lang thang, ầu ơ Mạ hát tình chan chứa tình...

Anh nhìn em anh cứ nhìn, má em hồng phấn anh gìn giữ sương, mai anh có ở chiến trường, Quê Hương, Đất Nước mãi còn uy nghi!

Mùa Thu sống thác có ghi / từng trang sử để mình đi tới bờ / biên cương Tổ Quốc là Thơ, anh yêu em chẳng bao giờ hết yêu!

Mùa Thu không chết, một chiều, em chưng hửng nói sáo diều vi vu... vì mùa Đông chẳng phải Thu... mà mùa Xuân sẽ tới từ môi em!

Định Nghĩa Hoài Hai Chữ Tình Yêu

Hồi khuya không có gió, cây đào lá vẫn rơi. Đang cuối năm, tháng Mười, sắp Tết rồi, lạnh nhá...

Khi nào cây hết lá, hoa mới hé nụ mầm. Chuyện đó tự ngàn năm, người ngàn năm quét lá...

Gió ấm từ biển cả sẽ thổi vào bờ thôi. Gió đây là gió Đoài (gió Đông trên New York).

Hôm nay chắc nắng ngọt, trời xanh thật là xanh. Vài con chim lanh chanh trên cành chào buổi sáng...

Anh chào em lãng mạn, em dậy chưa, nghe không? Em ở tận bên Đông, ngày gần trưa rồi nhỉ?

Trái đất quay chung thủy, anh chung thủy tình em. Một câu đó viết thêm... bài thơ dài chút xíu!

*

Tình Yêu, ai cũng hiểu, nó giản đơn, nhẹ nhàng, nó như gió Tháp Chàm phất phơ áo Chiêm Nữ...

Phất phơ hồn viễn xứ: mình đồng hội mà xa... Tại vì biển bao la? Tại vì thuyền tản lạc?

Bao nhiêu năm bát ngát, Đôi lúc nhìn cánh đồng, nghe chạnh chạnh trong lòng xót xa câu hò Huế...(*)

Đôi khi viết ứa lệ nhòe nhòe chữ Cố Hương! Hai Thế Kỷ đoạn trường đứt bao nhiêu khúc ruột?

Thơ Tạ Ký anh thuộc chỉ bốn câu, này thôi, trong bài Sơ Nguyện rời, rạc rời thơ-bốn-chữ:

"Hay là anh đến/ giòng mắt em xanh/ mong manh mong manh/ nửa chiều sơ nguyện..."

Chiều hôm qua đang hiện sáng hôm nay long lanh... Em đâu có nhớ anh nên.... hồi khuya không gió!

(*) *Đứng bên ni đồng ngó bên tê đồng: Mênh mông bát ngát! Đứng bên tê đồng ngó bên ni đồng... bát ngát mênh mông*

Đừng Có Ai Hạc Bay Không Trở Lại

Mai tháng Chạp, bây giờ chưa tháng Chạp!
Chúa nói rồi: "Không có ngày mai!".
Ngày đã qua không phải chỉ một ngày,
Ngày sắp tới, ngày hôm nay chưa hết,

... nghĩa là còn biết bao nhiêu tội nghiệp!
Nghĩa là còn nặng lắm kiếp nhân sinh...
Nói cho vui như mới chào bình minh,
chim mới hót, không lẽ mình im lặng?

Em chải tóc hay là em chải nắng?
Em chờ ai mà má ửng như hoa?
Anh đưa tay hứng nhé cái mượt mà
của em, đó, để vào bài thơ mới!

Những bài cũ của anh trong Vời Vợi
có câu nào anh thủ thỉ với em,
để em hờn, em giận, em ghen,
... và em xé! Hỡi bàn tay năm ngón?

Anh tưởng tượng một ngày dù rất muộn,
anh trở về rau muống tím vuông ao,
vạt nắng chiều còn sót ở hiên sau,
em sân trước, đẹp! Hoa đào sắp nở!

Ngày mỗi ngày không một ai không nhớ
người tha hương, người ở lại quê nhà,
không ngày mai sao có một ngày xa?
Chúa nói thật hay Trời sa nước mắt?

Mai tháng Chạp... ngày đầu tiên tháng Chạp,
ngày cuối cùng... mới thấy lịch Tân Niên!
Em giữ cho anh nhé cái dịu hiền
sợi tóc rớt trên tờ hoa tiên trắng...

Tờ giấy mỏng xếp chồng lên đã nặng!
Xếp tháng ngày, ngày tháng, biết bao lâu?
Phật nói hoài: Tu để có ngày sau
Chúa lại nói: Ngày mai không hề có!

Hay...

Hai đứa mình quấn quyện nhau như gió,
hôn nhau hoài như lá rít trên cây...
hôn nhau hoài như thiên tài trời mây...
đừng có ai hạc bay không trở lại...

Chuyện Gì Rồi Cũng Qua

Chuyện gì rồi cũng qua đi
như con trăng đó, đã về chân mây!
Như bàn tay rời bàn tay
như mình không thể đời này với nhau...

Tout passe coi như tiếng chào
tout casse đổ vỡ, làm sao cho lành?
tout lasse dẫu ta một mình
buồn thôi, ai khiến để mình khiến ai?

Ta nghe em tiếng thở dài
coi như sông cạn từ đây tới nguồn...
ta nghe ta cái ta còn
bầu ngực lép, trái tim mòn, tại ta!

Tiền đình tạc dạ, hôm qua
con ong, cái bướm, cái hoa đã tàn...
Ta cầm chổi quét hành lang...
quét luôn cả gió vừa tràn dưới chân!

Ta ngồi xuống, ta ăn năn
rồi ta ngả xuống, ta nằm với ai?
với em cái bước miệt mài
cái thân ảo, cái áo dài ban sơ...

Em à, lúc đó đã trưa,
sắp chiều sắp xế sắp mờ hành lang
ta hôn em chiếc lá vàng
hôn mùa Thu hôn thời gian ngậm ngùi!

Em Ơi Khi Mình Nhớ
Chuyện Gì Cũng Thành Thơ

Ngay ngày đầu Năm Mới em có mặt Sài Gòn! Em đặt xuống nụ hôn trên mặt thành phố cũ!

Tất cả hoa đều nở, đều nhất Hoa Hướng Dương! Tổ Quốc em cái vườn Hoa Đầu Năm Rực Rỡ!

Em vuốt tà áo nhớ. Em vuốt mái tóc yêu. Tất cả chim đều kêu mừng em chào buổi sáng!

Thành Phố cũ đang rạng Rạng Đông lên từ từ. Xung quanh em đều thơ quanh co Kênh Nhiêu Lộc...

Em nhớ ngày em khóc nước mắt đầy con kênh rồi em đi lênh đênh... bây giờ Thành Phố Cũ!

*

Những hàng me đã nhớ em mà lá rụng nhiều nay chẳng còn bao nhiêu... còn bao nhiêu vẫn đẹp.

Khi hai mắt em khép, em biết chuyện gì không? Dưới chân em tấm lòng anh trải mừng em đó...

Bài thơ này là gió anh thổi tóc em xưa. Coi như Thơ Tự Do dù mỗi câu năm chữ...

Em ơi khi mình nhớ chuyện gì cũng là Thơ!

Hôm Qua Mưa Mấy Giọt

Hôm qua mưa mấy giọt... đủ cho nắng trùm mền, mẹ bảo con mau lên, người hô nhau gấp gấp...

Chưa ai có chỗ nấp thì nắng lại hiện ra! Vài giọt mưa bay qua, có giọt cài cửa sổ!

Và mưa, mà, thấy đó... chưa nở trọn nụ mừng! Coi như có là không. Coi như không gì cả!

Tiếng chuông Chùa như lá sót rơi vào ngày Đông! Boong boong và boong... boong. Dư âm là im lặng!

*

Mẹ và con... lại nắng! Người ngó nhau và cười! Cali là thế thôi... quen lắm rồi thời tiết!

Nắng xanh. Dòng sông biếc. Lạnh lùng bóng mây trôi... Con gọi Mẹ - Mẹ ơi: "Ông Trời vui há Mẹ?".

Mẹ con đi kịp Lễ Nhà Thờ Broadway!

Mùa Đông Ký Sự

Chim sẻ không về nữa, một phần vì mùa Đông,
một phần con mèo mun cứ nằm hoài phơi nắng!

Buổi sáng buồn-chết-lặng. Cái sân cái-mặt-buồn
kệ những giọt mù sương hứng mặt trời lóng lánh...

Quạ có mà như tránh... chỗ không thấy có gì -
chẳng ai ăn bánh mì mà mời quạ một tiếng!

Mỹ không có chim én. Xuân sắp sửa: mùa hoa.
Mùa của bướm lượn qua những công viên rất
đẹp...

Cửa công viên không khép, không bao giờ, hay
nha. Công viên, chốn người ta sáng chiều tập thể
dục...

Mùa Đông tôi lúc thức đi quét cái sân sương...

*

Rồi tôi đi trong vườn nâng từng hoa thức dậy.
Từng đóa hoa như thấy / tôi, mừng, thật đáng yêu!

Tuổi của tôi hết chiều. Tuổi tôi là buổi tối. Sáng
sáng tôi lạc lối chơi muộn chốn trần gian...

*Nghĩ ngộ: một năm tàn, mùa Xuân tới thật trẻ, lúc đó
bầy chim sẻ chắc sẽ về líu lo?*

Nhịp Bước Thời Gian

Mỗi ngày xé một tờ lịch, một năm mất đi một ngày... Có khi ngó thấy lịch bay, thời gian chắc bay theo gió?

Mỗi ngày thấy hoa có nở. Hoa không một nụ mà nhiều... nếu vườn mình thêm tí nữa? Hoa nhiều, thương hết hay không?

Chắc cũng có người hỏi lòng, thương, nhớ, giận, hờn, chi vậy? Gặp nhau là vì mình thấy chào nhau, tự nhiên,... hồn nhiên!

Phật nói ở đời tạo duyên, gặp nhau, thương nhau... thành nghiệp. Ai ai cũng có số kiếp, tránh thì đừng có gặp nhau!

Đâu có ai muốn chiêm bao (chỉ trừ người chơi vé số). Sống là chịu đựng cái khổ, mơ màng nửa giấc là tan!

Tôi có đi vào tiệm vàng thấy món hàng nào cũng đẹp. Nhìn thôi rồi ra đi tiếp, người đứng chào hàng vẫn vui...

Một hôm tôi trở lại, cười: "Tôi muốn mua một đôi nhẫn". Người bán hàng đưa tôi ngắm, rồi tôi vui vẻ trả tiền...

Tiền đó có phải tiền duyên? Vàng nào xây nên cơ nghiệp? Tôi hôn, hỏi đôi mắt biếc, người yêu tôi hé môi hồng...

Vậy mà nên vợ nên chồng. Vậy mà bế bồng đi suốt. Thương quá tờ lịch bay vụt khi tôi ngày xé một tờ...

Em ơi em là giấc mơ đã thành bài thơ rồi nhé! Tôi làm thơ tôi kể lể mỗi ngày một chuyện... nên Thơ?

*

Có hôm quên nhớ bao giờ khi không mà em hờn dỗi. Tôi dắt em ra bờ suối chỉ cho em thấy hoa quỳ...

Hoa nở tháng Ba xinh ghê! Đã sáu mươi tờ lịch rụng, đã tàn bao nhiêu hoa súng, mình còn hoa mộng! Yêu Em!

Bài thơ này nếu viết thêm chữ Tình, thưa em Kiều Diễm! Ông Nguyễn Công Trứ chúm chím: "Cái Tình là cái chi chi mà giục được người thiên cổ dậy?".

Ai ơi cái gì động đậy, Thời Gian hay bước mình đi...

Trưa Mịt Mờ Thơm Thơm Mùi Sương

Lạnh! Làm sao mô tả? Hỏi lá cây, nó chỉ gió vô hình. Hỏi tay mình, nó đưa lên che ngực. Đi hỏi đất. Đất làm thinh, không nói! Có đời nào đất biết nói, phải không?

Tôi nhớ cái mênh mông! Ở đây đâu có thiếu? Những cành thông kia nặng trĩu, mây đè lên và gió thổi đu đưa! Đà Lạt của tôi là giấc mơ. Mắt ráo hoảnh sao vẫn nhìn thấy núi? Núi cúi đầu xuống mặt con suối. Núi trôi đi cùng với lá mùa Thu... Gió vù vù không thổi được âm u. Tôi nhắm mắt thấy quanh mình như thế... Gió đuổi chim bay... những con chim sẻ. Một công viên trưa lạnh ngắt, thưa em!

Không có bướm vàng, bướm đỏ, bướm xanh... chỉ có trái tim chắc không hề mọc cánh? Nên, hèn chi tôi đang ngồi cạnh một chùm hoa như tàn trong đêm qua?

*

Có khi nào thơ tự nhiên mà lóng lánh hay trầm tư mang ý nghĩa tình đời? Người làm thơ tạo ra cái cầm chơi rồi xếp cất tờ hoa tiên vô tự?

Tôi thích lắm những bài thơ không chữ, những bài thơ trải kín buổi hoàng hôn, chưa thấy ai viết một chữ có hồn trên bia mộ những bãi tha ma gần như đã phẳng! Với thời gian, cuộc chiến thật sự tàn!

Lạnh! Tôi thấy tôi lang thang. Những cái băng đá công viên bất động. Tôi hiểu rồi cuộc sống, mãi mãi dễ thương với những ai bình thường!

Lạnh! Trưa mịt mờ. Thơm thơm mùi sương...

Ước Nhỉ Phải Chi Trời Có Nắng

Trời không có nắng sau ngày mưa. Không thấy mây xanh, bốn phía mờ... Ấm, có ấm hơn nhưng vẫn lạnh. Mặt sân thì đã thấy khô khô...

Đoạn mở đầu, chơi, không thích thú; lòng riêng tôi vẫn thích thì sao? Hỏi em, cái mặt em ngơ ngác... không thể làm thinh cái miệng đâu!

Ở nhỉ! Cứ hôn! Ai có cấm? Em cười như thể nụ hoa xinh! Hôn em không đếm, trên đầu tóc vì nghĩ anh đang đếm sợi tình...

Có rối như tơ? Không dám chắc! Cỏ buồn như liễu đứng bờ lau? Có sầu man mác từng khe lách... sao nghẹn ngào như muốn nghẹn ngào!

Lát nữa mình xa, em trở ngược; chân mây anh sẽ đến chân mây? Thuở non thời nước, buồn, im ắng, đời lặng yên mà Đông với Tây!

Hai đứa hiền như cỏ rất hiền, trời không có nắng, gió xô nghiêng... Em về, anh thấy nghiêng triền núi, và, nước mắt hình như nghiêng cả sông?

*

Anh chép bài thơ không có nắng. Không có gì... hay cũng có gì? Có thương, đã nói, giờ không nói! Có nhớ... Trời ơi mình chia tay!

Thuyền xuôi. Gió ngược. Chân mây cuốn hai mí chân mày em cuốn theo? Không có gì đâu, dòng nước cuộn nỗi buồn lơ lửng áng mây treo...

Bài thơ này chép xong rồi đó. Sau mấy ngày mưa bốc khói mờ. Ước nhỉ phải chi trời có nắng, mắt người ướt mấy cũng rồi khô...

Vén Áo Lau Giùm Cái Mặt Thương

Vẫn biết hai trời hai xót xa: Bên nay mình sáng, tối quê nhà! Mai rồi, ngược lại, trời như thế, lòng lại nhủ lòng: Một Thiết Tha!

Em khóc, làm sao anh dỗ được? Khăn tay không dễ gửi, trao, về... Dị đoan? Mê tín? Hay không thể (ai nhận cho mình chút xíu ni?).

Thư gửi, ít khi thư có tới... Ít khi là tại nó "thư thường"! Quà thương thì sẽ qua nhiều ải, khi tới... tàn phai hết phấn hương!

Trời thật nhẫn tâm Nam với Bắc. Bây giờ cách biệt nữa Đoài Đông! Than Trời, không biết than ai cả! Trời mỗi sáng chiều vọng tiếng chuông!

Chúa, Phật, Cao Xanh... đều tưởng tượng / cái hình, cái ảnh, cái... không tin! Cái gì, tất cả đều đau đớn, chút dịu hiền thôi... cái chữ Tình!

Tình Nghĩa. Tình Yêu. Tình Quý Mến... Tình trong sách vở nói Tình Người... Bàn thờ ai lập cho Người Sống? Chỉ có bàn tay hứng lệ rơi!

Anh nhớ thương em, anh viết thế. Đủ không? Bát ngát một quê nhà! Mồ Cha mộ Mẹ chữ xiêu lạc, trước mặt trong lòng hương phấn hoa...

Chút đó... Nửa đêm quỳnh sẽ nở. Sáng mai, lá rụng, quét sân, cười! Trăng lên đã lặn từ khuya trước, tạc dạ tiền đình... Em! Hỡi ơi!

Thơ anh, em ướt sương từng giọt, vén áo mà lau hộ nhé tình...

Mặt Trời Tháng Giêng

Tháng Giêng Tây lạnh thiệt! Đầu năm không phải Xuân. Âm Lịch thì mùa Đông, tháng Chạp mà... ai biểu!

Anh nói, em không hiểu hay hiểu là nói đùa? Vậy thôi, mình chịu thua cái thời tiết em nhé!

Hãy như người đi Lễ, giữ đều đặn tấm lòng. Hãy như người qua sông... không bao giờ trở lại!

Có hai người nói mãi / chuyện, không phải chuyện đời. Chuyện cũng chẳng để cười cũng không dành để khóc...

Chuyện ấy, thời vong quốc... nói bá vơ lơ mơ, coi như là bài thơ cho qua ngày đoạn tháng!

Biết là lòng đau lắm nhưng phải quên, phải quên.
Đời cần sống bình yên. Người cần lương độ nhật!

Chắp tay cầu xin Phật: "Cho con yên tấm lòng!".
Cúi hôn Chúa hài đồng... cũng nguyện cầu như thế!

Sáng nay thức dậy trễ, thấy mặt trời tháng Giêng...
mong sao trưa nay quên cơn bão được báo trước!

Nếu quên hết mà được... ai biểu ta làm người!

O Huế Tóc Huyền Xanh Núi Ngự

*Ngựa hồng đã đến bên hiên
Chị ơi trên ngựa chiếc yên vắng người...*
(Mòn Mỏi - Thanh Tịnh)

O Huế! Tóc huyền xanh núi Ngự, mắt sầu mơ đẫm nước sông Hương... Em là yêu quý Tình Non Nước, ta nguyện với lòng muôn mến thương!

Ta chỉ là người đi ngang đây, gặp em bữa nọ nước sông đầy, thấy mây đầu núi vầng trăng tỏ, phò mã áo rừng ta gió bay...

Ta ước mơ gì em có biết, làm sao bồng súng đứng canh đền? Quê Hương dù có là Nam Bắc, ta phải về Đông vượt sóng quên!

Ta cố tìm quên lãng một thời trong trời gió lộng biển ngàn khơi, ta hèn càng thấy em cao cả, ta chỉ còn thơ khi đến nơi!

O Huế, trong tim là Tổ Quốc, Vua còn thoái vị huống chi dân! Ta còn giọt lệ cho sông núi, còn chút hồn mai một khói nhang...

*

Ta có câu thơ nào đứt ruột, xin em tha thứ tội vô tình! Ta không còn nữa đời trai trẻ, chỉ nhúm xương thôi, đốt tạ mình!

Chừng mô ta chải đầu em được? Phò mã đuổi hoài ngựa bóng sương... Nhớ lắm Lăng Cô em có đến, sân Lăng còn đấy đóa hoa hường!

O Huế một mai ta giấu mặt về thăm em nhé tấm màn rung...

Trải Giấy Vẽ Tình Những Đám Mây Bay

Có một mối tình dài lâu sau lần chạm mặt. Đi hết thời gian mà tay chưa bắt. Đứng giữa không gian chỉ một cây thông ru mãi ngàn năm tiếng nhạc của lòng...

Có một mối tình thư con tem mới rất nhiều lần in chỉ đổi giá tiền. Mỗi lần thư đến là một lần duyên, cầm cái kéo cắt thư tim bật nụ cười mở đầu trang thư hai chữ tình ơi!

Có một mối tình ngày một xa xôi bao nhiêu chuyến tàu ghé ga rồi rời. Tàu chạy bằng dầu khói nhàn nhạt tỏa rừng núi nhạt nhòa đường sương xa quá...

Có một mối tình mơ mái tranh quê mơ dáng hình ai thấp thoáng đồi chè đon đả bước chiều trĩu cái gùi trăng nong nả cuối trời sắc tóc giai nhân...

Có một mối tình hiền như là Huế chẳng hiểu vì sao đây nhiều hoa huệ ai ngát hương trầm thương biết bao thương. Ôi một mối tình ngàn năm vương vương!

Sáu mươi năm rồi tình-không-chấm-hết, trải giấy vẽ tình những đám mây bay...

Không Nụ Hoa Nào
Cầm Lên Không Nặng

Thứ Sáu, thứ Bảy, Chúa Nhật này, bão!
Tin thời tiết, Thứ Năm đăng trên báo,
ngó ra trời - trời vẫn sáng trưng?
Bão có tới không? Lạy Trời, bão đừng tới...
sân ga, em cứ đợi...
ai về? Mưa lê thê...

Tôi nhớ thơ Đỗ Tấn:
"Dẫu người vẫn không về
mà sao tôi cứ đợi
trong lời kinh xưng tội,
trong tiếng buồn đưa ma...".

Bài thơ đó đăng trên báo Bách Khoa,
xưa lắm rồi , trước hay sau 1960 chút đỉnh!

Hồi đó tôi chưa đi lính,
hồi đó xe lửa nhánh tẻ lên Đà Lạt còn!

Tôi nhớ quá đi con đường xe lửa răng cưa
K' Rông Pha - Đà Lạt, ba mươi bốn km răng cưa,
bảy km đường bằng..., Trại Mát - Đà Lạt.

Đúng hơn, có hơn bốn mươi km đường bằng
tính luôn đoạn bằng chạy từ Tháp Chàm lên chân
đèo Ngoạn Mục.

Tôi nghĩ người Pháp đúng khi đặt tên đèo Belle Vue.
Tôi khâm phục người Việt mình dịch ra Ngoạn Mục!
Quê Hương tôi xinh đẹp từng khúc, khúc quẹo đường ngay!

Và những địa danh tưởng chữ Tây té ra là tiếng Thượng: K' Rông Pha, K Beu, D' ran, Đà Lạt, M' Loon, Fyan, Fyl Nôm, Datanla, Gougah, Pongour, Djiring, Blao, Prenn, Cam Ly, Lang Bian...

Tôi ở Đà Lạt ba mươi mốt năm,
thành phố mù sương,
có nhiều ngày mùa Thu, mùa Đông, hứng bão rớt...
Bão rớt thôi vì trời sinh ra rừng thông rễ cái không dài, bão to thì ngã hết,
giống đồng bằng Cửu Long, cây dừa rễ lan trên đất, gió, giông, không thể đứng vững...

Cảm ơn Đà Lạt cho tôi hiểu thêm về Địa Lý!
Tôi cảm ơn Tổ Quốc tôi... Trời thương và tôi yêu!
Bây giờ, đang bây giờ, chiều Thứ Năm,
nắng chưa tắt, bầu trời xanh ngắt.
Thế mà mai này, ngày mốt và ngày kia...
Bão phía Bắc thổi về, Los Angeles không chừng có lụt!

Orange County, San Diego County... Buồn ơi hun hút!

*

Thơ Đỗ Tấn chắc có mình tôi nhắc...
Còn Đỗ Tốn thì nhớ Hoa Vông Vang,
Đỗ Hữu thì có mấy bài thơ viết về xứ Lào...
Tôi nhớ những người ít ai nhớ,
Em à, anh lỡ độ phải không?
Ồ lạ, sao má em hồng hồng?
Ồ lạ, sao hoa hồng Đà Lạt đẹp nhất là hoa hồng Thạnh Mỹ...
Cho anh nhớ em nhiều thêm chút xíu, tới Vạn Thành...
... nhớ những vườn hoa cẩm tú cầu tím, đỏ, vàng, xanh...

Em! Em! Em! Em ơi của anh!
Mai bão tới... anh nhìn em, buổi chiều nay còn nắng!
Không nụ hoa nào cầm lên không nặng.
ôi Tình em! Ai biểu Tình Em? Dẫu anh vẫn không về...

Ôi Mùa Xuân Về
* Mùa Xuân Hay Giấc Mơ*

Ôi mùa Xuân đã về! Em vẫn nhỏ như ngày xưa bé bỏng, thấy cây đào trổ hoa em nói làm cho anh lúng túng... giữa màu hoa và màu má em hồng...

Hai cây đào Ba trồng / không riêng cho một mình anh đứng ngắm... mà cho ngày Xuân rực nắng / anh ngắm em cùng lúc ngắm mùa Xuân!

Anh gọi em là Giai Nhân / em nhất định nói "em không phải". Anh gọi em là cô gái, ôi má hồng em mới dễ thương sao!

Hai cây đào Ba trồng / hồi nào / chắc hồi Mạ chưa nằm trong ổ? Chắc Ba chỉ một lòng Ba nhớ / hồi Ba đưa Mạ bước vào nhà?

Rồi em được sinh ra / em làm anh ngừng bước / ngang qua nhà em anh đi thêm không được / hoa nở xinh và ai hỡi quá xinh kia...

Nếu hôm đó em đừng đứng chải tóc thề. Nếu hôm đó sân trước nhà em hiu quạnh. Đà Lạt mùa Xuân trời vẫn lạnh... anh không nghe nóng ở trái tim!

Em là em / em là em / là em... Chàng Thôi Hộ dừng cương, đứng lặng. Con ngựa hí vang vang ngày nắng. Hoa đào rơi đỏ thắm má giai nhân!

Ôi mùa Xuân / em là mùa Xuân... Trong xấp thơ của người khách lữ / có bài thơ cho một nàng thiếu nữ... có bài thơ ấp ủ một Tình Yêu!

Em qua sông lòng em thấy sao? Hai cây đào Ba trồng trước ngõ. Em ơi em muôn năm anh là gió... nhớ em, về, thổi rụng một vài hoa!

Gặp lại em, anh vòng tay "Thưa Bà". Ôi cô bé... ngày xưa thân ái. Em trở lại cùng mùa Xuân trở lại... mà con sông đâu có khép hai bờ!

Ôi mùa Xuân về / mùa Xuân hay giấc mơ?

Tháng Chạp Và Trăng

Trăng tháng Chạp hình như không muốn lặn
Treo lửng lơ chi mãi ở trên trời?
Những giọt sương lạnh buốt rơi rơi
Con hummingbird tưởng lầm hoa mới nở

Trăng ơi trăng trăng làm chim mắc cỡ
Chim bay rồi, trăng có hối hận không?
Chim bay về biển Bắc biển Đông
Chim bay đi liệu có gặp hoa hồng
để trách móc trăng không có lòng từ ái...

Chỉ có mình tôi thấy mặt trăng tai tái
Chỉ có mình tôi thấy trăng rất cô đơn
Tôi sẽ gọi mặt trời lên cho trăng dỗi trăng hờn
Cho trăng lặn vào lòng tôi yêu dấu!

Em ơi em lòng anh là bến đậu
Em hãy quay về cho kịp bến sông trăng
Ở đây ngàn năm ngàn ngàn năm
Trăng duy nhất như tình anh yêu em duy nhất!

Tôi giữ mãi trong lòng tôi một điều bí mật
Nghĩ về trăng tôi chiều sớm bâng khuâng
Nghĩ về Nước Non tôi thương nhớ vô cùng:
Trăng đầu súng và huy chương trên ngực...

Trăng ơi trăng lòng tôi là đại dương hạnh phúc
Trăng trên trời, trong ngực: một vầng trăng
Tôi yêu trăng không chỉ lúc trăng Rằm
Tôi yêu trăng cả khi trăng còn như cái lược...

Cái lược đó chải đầu tôi khi tóc xuôi tóc ngược
Chải mây kia tôi được ở bên trăng
Lát nữa nắng lên gió thổi phấn thông vàng
Tôi đắp chiếu cho trăng mơ màng trăng ngủ.

Ảnh: NTN

Tâm Tình Dâng Hiến

Tôi bây giờ ở Mỹ, nhớ Đà Lạt vô cùng... Nhớ không chỉ hoa hồng... mà nhớ Mimosa nhất!

Mimosa đẹp thật, giống như bầy gà con theo gà mẹ kiếm ăn. Hoa thì treo cành nguyệt!

Đà Lạt mình không tuyết, Mimosa như sương! Ôi thơ tôi dễ thương phấn hương vờn đây đó...

Tôi nhớ mùa hoa nở, đẹp làm sao núi rừng! Gió làm cành rung rung trút hoa vàng xuống suối...

Bờ suối chân em duỗi vàng lung linh trường giang. Bình minh hay hoàng hôn, em: Thời Gian Vĩnh Viễn!

Ôi thơ tôi đau điếng, bây giờ Đà Lạt ơi! Đà Lạt ở cuối trời, hoa thì lồng khung ảnh!

Cảm ơn em lóng lánh lung linh Mimosa!

*

Em không phải con gà tôi đang ôm đây chứ? Trăng... một vầng trăng vỡ! Trăng một vầng trăng nửa, nửa Hàn Mạc Tử thơ... (*)

Ước chi tôi bất ngờ về bên em như mộng, nửa Thế Kỷ em sống mà trọn đời chiêm bao?

Bao nhiêu nữa nghẹn ngào? Ôi thơ tôi dâng hiến! Em nâng niu đừng liệng, đừng! Con suối trôi hoa...

(*) Thơ Hàn Mạc Tử:
    "Đêm nay có một nửa trăng thôi,
    Một nửa trăng ai cắn vỡ rồi?
    Ta nhớ mình xa thương đứt ruột
    Gió làm nên tội buổi chia phôi"
        (Một Nửa Trăng)

Nhận Nha Em Bàn Tay Xưa Ngày Xưa

Em chải đầu. Rồi cầm đưa anh sợi tóc. Bao nhiêu năm anh giữ vẫn còn. Em cuối biển và anh đầu non. "Cái đất nước gì mà chinh chiến mãi!".

Anh trở về hỏi thăm người con gái, có một hôm đứng tại đây chải đầu. Nhiều ông già vuốt nhẹ chòm râu: "Tôi không biết, chắc hồi tôi còn nhỏ!".

Nhiều bà già hình như hiểu rõ / cảnh tình xưa chỉ chớp mắt thôi! Anh lại đi tìm em ở tận chân trời, rồi mệt quá ngồi bên bờ con suối...

Anh nghĩ em chắc có lần ra đây, lội qua bờ bên kia, mỏi mệt, đứng nghiêng đầu. Con suối lách qua những nhành lau, không phải tóc em, nếu có rơi, còn thấy...

Con suối kia ngàn ngàn năm vẫn chảy, anh vẫn cầm em sợi tóc ngày xưa... Anh đi tìm vũng ao, soi mặt nước mờ, anh thấy rõ đầu anh tóc bạc...

Em cũng thế... bởi đời ai có khác? Chỉ thái bình - chinh chiến, khác nhau. Có thể tóc anh theo tuổi đổi màu, chớ tóc em tuổi trẻ mà, biêng biếc...

Con suối này không có chim bìm bịp, nếu có thì nó kêu buồn ơi! Anh bỏ bờ suối đi lên một ngọn đồi, anh hái một nhánh hoa quỳ gửi người yêu dấu...

Hai bờ vai anh trống trơn không con bươm bướm nào đậu. Những con cò bay ngang không mang theo cánh đồng. Người lính xưa nhớ lắm những cánh rừng... nhớ lắm những lán tù, mưa dột.

Chấm dấu than ở đây thì nhột. Chấm hoài thôi những dấu lửng dấu lơ. Anh tặng em bài thơ... nhận nha em bàn tay xưa, ngày xưa, chải tóc...

Mỗi Ngày Một Bài Thơ

Năm nay... như năm nào, đều có nhiều "đặc biệt", lịch Dương nó là Tết, vui mồng Một mà thôi...

Mồng Hai đi làm rồi! Mồng Ba... tiếp tục. Sống! Sống là phải hành động, đấu tranh... và sinh nhai!

Hôm nay, ngày mồng Hai, có phải tôi lẩn thẩn? Người đi làm, tôi vắng; vào công viên tôi chơi...

Không có gì để vui, vẫn buồn như năm ngoái! Trời trong và xanh, ngại, mưa bất chợt thì sao?

Thứ Năm này bão vào...

Chúa Nhật này bão dữ...

Lịch quên đi quá khứ, tin, chỉ là tiên tri?

Tôi không biết làm gì, viết vài câu ngớ ngẩn! Đưa tay tôi hứng nắng. Nắng mùa Đông rưng rưng...

*

Công viên giống như rừng, không có người quét lá. Cây, cỏ, hoa, mệt lả, nhớ lá, nhớ màu xanh...

Mùa Xuân sẽ đến nhanh hay là sẽ đến chậm? Tóc thề em lấm chấm... tuyết năm nay vẫn chờ...

Ngọn núi nào cũng thơ! Anh nhớ em ngón út... Em ơi nắng tắt, phụt. Hết rồi ngày Thứ Ba!

Ngày năm mới trôi qua. Mai ào ào bão tới. Tôi tự dưng mệt mỏi. Tương lai xa vời vời...

Tôi lãng đãng như người ở hành tinh cõi khác. Bao nhiêu năm tôi lạc... Tới, lui, đều ngập ngừng!

Mai, Âm Lịch chưa Xuân!
Mai, Dương Lịch, còn lạnh.
Ngón út em óng ánh nỗi buồn ôi Thiên Thu!

Mới Năm Mới Bây Giờ Thêm Năm Mới

Mới năm mới bây giờ thêm năm mới!
Tết của Tây rồi tiếp Tết của mình?

Một năm mà có hai cái Tân Niên,
anh cầu chúc cho em ngày mãi đẹp
và đời mình có thật nhiều cái Tết
cứ chúc hoài không hết cái thời gian!

Bạn biết không? Tôi thấy nụ môi nàng
đẹp như nụ hoa đào hé nở!
Lời chúc Đẹp vẫn là lời chúc nữa:
"Em bây giờ, mai mốt, vẫn mùa Xuân!".

Anh có em, mùa Hạ có hoa hồng,
mùa Thu có cả rừng phong nhuốm đỏ
và mùa Đông, áo laine choàng em ngăn gió
để mình thêm thương nhớ Tết sang năm...

Em là em! Em mãi mãi trăng Rằm
giữa tháng Giêng, đêm Nguyên Tiêu dài nhất!
Lật từ điển mình tra chữ Hạnh Phúc,
lật bàn tay em: ngón út của anh ơi!

Ngón út em, anh cầm đặt trên môi,
sống mũi em, mình chia đôi hơi thở!
Nói như thế để cho thơ có cớ
"Một bài thơ tình không dễ làm đâu!"

Anh hôn em từng sợi tóc trên đầu
Mình nối tay nhau thành những nhịp cầu yêu dấu,
có thể thành những nhành cây chim đậu,
mỗi bình minh anh hôn đôi mắt em!

Nếu bài thơ này anh có làm thêm
thì em vẫn một mặt trời duy nhất,
một vầng trăng muôn ngàn năm chứa mật
của loài ong làm mật cho Tình Yêu!

Một mặt trời
sáng cho mãi tới chiều...
Mai, năm mới,
em, bây giờ, bài thơ thơm ngát...
Anh hôn em tới bao giờ em ngạt,
anh buông em nâng từng sợi tóc em bay...

Ngõ Sâu

Nhà tôi cuối ngõ sâu
Buồn không ra ngoài ngõ
Buồn ở đâu ở đó
Buồn ở nguyên trong nhà...

Nhà tôi lợp bằng ngói
Không có gác có lầu
Hai mùa Xuân và Thu
Hạ và Đông không biết!

Nhà tôi còn tiếng Việt
Nhiều khi không hiểu nhau
Nghĩ chậm nói rất lâu
Một câu vài ba tiếng...

Bốn phương chỉ thấy hiện
Khi trong nhà ra đường
Thấy mình thật cô đơn
Vui, buồn, không phân biệt!

Thành phố ít người Việt
Gặp nhau có nói chào
Cười rồi đi qua mau
Có gì đâu để hỏi?

Đi là để đi tới
Đi là mong về nhà
Đi là đi vô, ra
Đi là đi như đứng!

Lòng là biển luôn động
Người mất bóng nắng trưa
Đời, vật lý đơn sơ
Mặt trời ngồi trên tóc...

Mặt trời đứng trên ngực
Nắng xuyên vào tâm can
Đó, lúc ngả lưng nằm
Thấy cao xa vời vợi...

Muốn nói lời xin lỗi
Mà mắc lỗi với ai?
Một nỗi buồn không hai
Không cần ai chia sớt...

Đi là đi trớt quớt
Về thường tự hẹn hò
Thương quá người đưa thư
Vào ngõ sầu hun hút...

Tùy Bút America

Buổi sáng ở nước Mỹ yên tĩnh đến lạ lùng. Ngoài những tiếng reng reng của chuông Nhà Thờ điểm, lác đác tiếng boong boong của chuông Nhà Chùa ngân... Người ta nghe chim hót vang khi bình minh ló dạng...

Nước Mỹ là nước ánh sáng nhưng buổi mai chỉ có mặt trời. Đèn đường tắt đúng giờ... vì nước Mỹ tiết kiệm!

Nước Mỹ không có đường hẻm, đường nào cũng đường xe, xe chạy không ai khoe tiếng còi của xe mình cả... Chỉ xe cứu thương vội vã chạy qua luôn ngã tư...

Buổi sáng Mỹ rất thơ... nhưng không ai thi sĩ! Người ta còn ngủ kỹ. Người ta còn thương nhau!

Nước Mỹ vào mùa Xuân: đẹp vô cùng rừng núi.
Nước Mỹ vào mùa Hạ: những cánh đồng cò bay.
Nước Mỹ vào mùa Thu: lá cây đỏ, vàng rực.
Nước Mỹ vào mùa Đông: tuyết như lòng trong trắng.
Nước Mỹ đủ bốn mùa, ở, đi, lòng khôn đặng!

*

Tôi thức dậy sớm, nhìn nước Mỹ... bâng khuâng. Không thấy bóng quân nhân. Không thấy người cảnh sát. Tôi ra vườn thơm ngát: hoa thức dậy cùng tôi...

... một người Việt lạc loài, sáng nào cũng ứa lệ! Nước người ta Nước Mỹ! Nước mình... Nước Thiên Đường, Nguyễn Du thơ đoạn trường: "Hoa trôi nước lặng đã yên, hay dâu Địa Ngục giữa miền Trần Gian!". Những tiếng rao "khoai lang", những tiếng rao "bánh mì dầu chao quẩy"... nghe mà lòng nát bấy. Nghèo muôn năm cứ nghèo!

Tôi hiểu chữ Tình Yêu là Quê Hương bến đỗ. Tôi thương cây đa cũ... cũ hoài trong Ca Dao!

Lạ Nha Cứ Nhớ

Một giọt lệ trong
trong con mắt biếc
tưởng là giọt tuyết
giữa trời mênh mông!

Anh muốn bế bồng
em về quá khứ
mình mở lịch sử
hôn em Núi Sông...

Một giọt lệ trong
chảy dòng trên má
núi quê mình, lạ:
Một Tên Núi Bà!

Em là Nụ Hoa
vô cùng thanh khiết
anh hôn em miết:
trái-tim-tình-yêu...

Chiều chiều tôi vắt khăn điều
Nhớ em tôi chỉ với chiều tha hương...

Hoa Fleur Flower

Em hãy để hoa trên mắt
em sẽ nghe hoa cười,

Em hãy để hoa trên môi
em sẽ nghe hoa nói;

Anh để em đâu hỡi
bốn phương trời mây bay?

Anh mở, khép, vòng tay
ôi em... là không khí!

Anh một lòng chung thủy
yêu em... là yêu em!

Không ai định nghĩa thêm
yêu là gì... ngộ thiệt!

Những gì mình tha thiết
hoa đang cười đấy thôi!

Những gì mình hé môi
nụ hôn... hoa-vô-tự!

Tình Yêu Không Có Chữ
nên Sách gọi là Kinh.

Tình Yêu Không Có Hình
... nên hoa cười trong gió...

Em à, anh nói, đó:
Tình Yêu Em Trong Veo!

Ai Chưa Lên Đà Lạt Là Chưa Thấy Cỏ Hồng

Ai chưa lên Đà Lạt là chưa thấy cỏ hồng! Hãy nhủ đi với lòng: Mình Phải Lên Đà Lạt...

... để nghe người ta hát Ai Lên Xứ Hoa Đào! ... rồi nhìn gió rào rào thổi rạp cỏ... vui lắm!

Ôi chao mùa Xuân tắm trong gió thơm ngàn hoa... Ôi chao người dẫu xa vẫn có tình gần gũi!

Chúng ta cùng tiếng nói: Yêu Tổ Quốc Quê Hương! Đà Lạt là Thiên Đường trời ban cho Đất Nước!

Một trăm năm về trước, ông Yersin đến đây, ông trồng cỏ hồng này để ngàn sau đứng ngó!

Màu hồng riêng của cỏ đã nở thành muôn hoa nên Đà Lạt thướt tha dáng ngọc ngà con gái...

Xuân đi rồi Xuân lại, Đà Lạt vẫn hằng mong: Ai đó nhủ với lòng Phải Đi Lên Đà Lạt!

Rừng thông đây bát ngát... Phấn thông vàng thơm tho... Học trò và Thầy Cô thân thương như hoa cỏ...

Làm sao tôi không nhớ. Nơi Tôi Ở Tôi Xa? Tôi biết ơn Núi Bà cao trên hai ngàn thước...

Tôi yêu cỏ hồng mượt... tóc của người tôi yêu! Tôi yêu những chiều chiều khăn điều vai quân tử!

Tôi yêu lắm trường Nữ Bùi Thị Xuân của tôi... Xếp từng trang Sử rời còn nghe tiếng voi hống!

Bà Bùi Thị Xuân sống anh hùng biết bao nhiêu! Trần Quang Diệu đã yêu một Nữ Vương tuyệt diễm...

Thế giới dễ gì kiếm được một trang Anh Thư? Thế thời mà Thiên Thu Quê Hương tôi bất tử...

*

Em ơi đi ngắm cỏ, cỏ hồng... bài thơ anh! Em có thể đi nhanh, em có thể đi chậm,

... nhưng anh biết em thấm thơ anh bằng khăn tay! Cái khăn ngày biệt ly mong có ngày cố lý!

Cái khăn đẫm đầy lệ gió bay cỏ hồng bay...

Hoa Quỳ Yêu Quý

Người ta hoa đào Tết, tôi cắm bình hoa quỳ, tưởng tượng Dương Quý Phi chợt đi ngang qua ngõ...

Muốn nói với ai đó: Người Đẹp Sống Muôn Đời!
Muốn thấy một nụ cười điểm tô ngày Xuân mới....

Muốn thấy Đà Lạt đợi ngày tôi hồi Cố Hương, thấy hoa nở trong vườn là hoa quỳ vàng rực!

Đà Lạt là Tổ Quốc một góc trong lòng tôi - nơi tôi lớn làm người yêu Quê Hương Đất Nước!

*

Nhiều khi chiều gió ngược, mây bay vào hành lang... cứ tưởng áo của nàng, lòng tôi thấy trẻ lại!

Đẹp nhất Người Con Gái dịu dàng Cổ Tích Trăng! Ờ nhỉ thuở thanh xuân người ta ai... cũng trẻ!

Bạn cười tôi nói thế là nghĩ đã già chăng? Tôi cảm ơn Thời Gian: Bây giờ hai Thế Kỷ!

Mới mà nhanh quá nhỉ... bao nhiêu thế hệ rồi? Tôi nhớ những ngọn đồi hoa quỳ vàng phấp phới...

Trăng vàng bay hay tuổi thiên tài bạch vân kia? Ôi chao ngày tôi về... biết bao là quá khứ!

Hoa quỳ có còn nở trên Núi Bà Lâm Viên... và em có cười duyên? Ôi hoa! Ngàn hoa Đà Lạt...

Hoa Tứ Quý

Hoa Tứ Quý bốn mùa, ra vườn thì thấy nở. Hoa Hồng cũng vậy chớ... sao nó lại Hoa Hồng?

Hoa bên kia bờ sông, hoa Hồng hay Tứ Quý? Có thể hoa Thiên Lý... muôn dặm hoa Hoàng Hoa!

Điều lạ: hoa không già dẫu hoa tàn hoa úa... hoa như Chiêm Nữ múa trên-đá-múa-cùng-hoa...

Đây, không đồng bao la, nhà, nhiều nhà mái đỏ, anh nhớ hoa hồng nở màu đỏ như môi em...

Và rồi anh nhớ thêm, hoa hồng vàng cũng có, hoa thả hương trong gió... Gió-bay-về-Quê-Hương...

Không chỉ nhớ. Còn thương!
Em là Hoa Tứ Quý!
Muôn đời em kiều mỵ,
Muôn đời yêu quý ơi!

Ngã Tư Đèn Xanh Vàng Đỏ

Xe tới ngã tư, xanh đỏ chặn. Vàng hiu vàng hắt nắng hoàng hôn! Xe dừng một phút mà lâu quá, nhẩm tính bao nhiêu nữa ngả đường?

Đường bao nhiêu ngả, dừng bao chặng, để lại bao nhiêu tiếng thở dài. Thành phố, ai sao, mình cũng thế, thở dài đâu có chạnh lòng ai!

Lại chạy. Lại di và lại đứng. Có xuôi có ngược, đuổi thời gian! Có nhanh hay chậm không ai trách... mà trách nhiều khi lỡ vội vàng!

Chim vỗ cánh bay trời bát ngát, đất thì rào cản, tự nhiên thôi! Sống chung, thương lắm đời chung chạ, mình chẳng là chim... chấp nhận đời!

*

Tôi, có đôi khi buồn lăng nhách, câu thơ vừa kịp thấy đèn xanh. Nhấn ga từng chữ mờ trong nắng... còn đỡ hơn là gặp lúc mưa!

Em nhỉ, trời mưa con mắt lạnh em nhìn chi đó góc Quê Hương? Nhìn sao vàng, đỏ, trời xanh xám, có thấy anh nhòa trong khói sương?

Buồn Tay Lật Lại Pho Tình Sử

Ôi nắng mà run, nghĩ cũng kỳ! Nhiều người thấy nắng, ngó đường đi... Chân mây có thể là đang nắng, cứ đến mà vui để sẽ về...

Buồn chớ, nhiều ngày không có nắng. Hôm nay có nắng, lạnh còn run... Cầu xin lắm lắm, Trời thương tưởng? Hay tại mình yêu nắng, ước mong?

Nắng đổ vào sông, sông nước chảy. Nắng vào trong phố đuổi xe ra? Bao nhiêu con phố xa thành phố... sẽ gặp quê thôi, nói đó nhà?

Hai chữ Nhà Quê không tráng lệ, chỉ hoa diễm lệ để lòng thương? Em à, anh nghĩ về em đó! Mấy mươi năm rồi nha Cố Hương!

Lý Bạch ngày xưa từng đắm đuối: "Vân tưởng y thường, hoa tưởng dung!". Người xưa ngàn tuổi không lên Cụ..., thì kẻ ngàn sau má vẫn hồng!

Em má hồng như Tây Thi nha! Em má hồng như Dương Quý Phi... Vườn Bồng Lai ở trên Tùng Nghĩa chưa trăm năm sao chử xót xa? (*)

Ông Ngô Đình Nhu, bà Lệ Xuân cớ duyên nào dựng núi trong rừng, chử rừng không núi, người chen chúc, cái giọng nào nghe sao dửng dưng!

Hôm nay trời nắng. Nắng tàn phai. Tôi ngó con sông, nước chảy dài. Tôi ngó chân mây, mây diệu vợi. Ngó rừng ngó núi, nắng trên vai...

(*) *Năm 1958, ông bà Ngô Đình Nhu lên chơi Đà Lạt gợi ý lập Vườn Bồng Lai trong khu rừng thông Tùng Nghĩa, mở đường Prenn mới lên thành phố Đà Lạt và tu bổ thác Prenn thành một danh lam... Cuộc phục hồi pho cổ tích ấy nhạt nhòa dần trong khói sương...*

Các Em Tan Trường
*   Về Trong Nắng Trưa...*

Chợt thấy hình xưa lúc chợt tìm. Thấy trời xưa nắng áo dài quen... Những người năm cũ lòng xưa cũ phần ngỡ còn vương vạt áo len...

Các em tan trường trưa nắng vờn. Trưa thời cổ tích biết bao thương... Em tan trường cũng Thầy xong việc, đời nhẹ nhàng bay phố núi non...

Đà Lạt dễ thương thương mãi mãi! Những người con gái những đường hoa, những lề cỏ biếc như nhung trải, cẩm tú rong rêu những mái nhà...

Nhìn tấm hình xưa rồi mơ màng: đời đừng có nhỉ thuở tang thương, các em đã chẳng là chinh phụ, Thầy chẳng tàn binh quỵ giữa rừng...

Các em... hình xưa... ôi các em! Nếu đường không bụi mắt không lem? Nếu phòng lớp cũ còn xanh bảng, còn nét phấn Thầy một chữ Duyên!

Nhìn tấm hình xưa buồn thẫn thờ... Câu văn kim cổ chuyển thành thơ, Mẹ ru con ngủ ca dao đó, đời đẹp vô cùng những buổi trưa!

Ngoài Cổng Nụ Hoa Vàng Nở Mênh Mang Mênh Mang

Mấy chùm trước ngõ hoa năm ngoái,
Một tiếng trên không ngỗng nước nào?

Nguyễn Khuyến

Sáng. Mở cửa. Ra. Trời mưa bay. Phất phất... Có con chim lật đật hót vài tiếng... cũng bay!

Tôi đứng chi ở đây, khung cửa, mưa đang tạt? Một tuần cuối tháng Chạp có thể mưa kéo dài...

Tin thời tiết không sai. Không bao giờ sai cả! Hôm nay đang buồn quá, mai lại buồn thêm thôi. Buồn nghĩa là không vui! Tôi thật là nhỏ dại... Ai biểu em con gái cứ lớn theo thời gian?

Thật lòng tôi nhớ nàng... Nhớ bạt ngàn thông núi, nhớ Đà Lạt mỗi tối những vì sao rơi. rơi... Cũng tại em cuối trời. Cũng vì anh cuối biển...

Em ơi...
Mưa tê điếng, lạnh anh từng ngón tay!
Em ơi tóc em bay những sợi dài, sợi vắn. Mình thương nhau chẳng đặng thì nhớ nhau...
Em à!

*

Tôi ngó những mái nhà, không bồ câu nào đậu. Hai bàn tay tôi bấu vào nhau. Tôi nát tan!

Ngoài cổng, nụ hoa vàng nở mênh mang mênh mang...

Em Là Bài Thơ Anh Làm Ngày Bão

Mưa không có cánh mà sao mưa bay?
Bão suốt hôm nay... và tuần tới nữa?
Không hoa nào nở... Nở chắc cũng bay?
Hôm nay, ngày mai, buồn ơi mưa gió!

Dấu than như cỏ mưa nhỏ giọt buồn.
Nước tuôn nước tuôn từ mái nhà xuống
Chim không về muộn. Trọn ngày không chim!
Trụ điện đứng im tới đêm. Ai biểu!

Chắc em đã hiểu anh nói với ai?
Không với mưa bay thì em bay nhé!
Hãy nói nhỏ nhẹ như xưa mới quen...
Hãy nói mông mênh em mềm như lụa...

Những cánh đồng lúa bây giờ ra sao?
Những cái mặt ao chắc nhiều sóng cuộn?
Những gì ước muốn nói đã nói rồi
Mà dành xa xôi! Mà dành xa xôi...

Anh nhớ bờ môi của em tim tím
Hoa cà kỷ niệm cũng tím ngày xưa
Những gì ước mơ bây giờ vẫn thế...
Làm sao anh kể hết niềm nhớ thương?

Những sợi tóc vương chiều vương vấn hỡi
Gió ngoài đồng nội gió thổi qua sông
Con trăng bềnh bồng, anh bồng em đó...
Em đôi môi nở: Cỏ mà gió đùa!

Em là bài thơ anh làm ngày bão
Nhớ em tà áo bây giờ mưa bay...

Tôi Làm Gì Hôm Nay Thêm Bài Thơ Ngũ Tuyệt

Trời đã mù phương Bắc là mưa trên đó rồi! Đây mới thấy mặt trời chưa điểm trang đã héo!
Vài tiếng chim chèo bẻo vang lên rồi xa xăm... Hy vọng ở miền Nam người ta đi phơi áo... Hy vọng những vườn táo nảy mầm rồi đơm hoa... Nghĩ những chuyện xa xa... rồi lại ngó phương Bắc!

Không biết ai hong tóc đã ấm chưa bờ vai? Không biết ai bàn tay còn tím không ngón út?

Thương người ta thương thật, mùa màng rồi làm sao? Chắc lại lạy Trời cao nắng ngọt ngào cho với? Mưa ơi mưa đừng tới, lũ ngập trôi nhiều xe... Nhớ quá những chiếc ghe nhắm phương Đông mất hút. Sống một thời tủi nhục... tới nơi nở nụ cười! Rồi cái gì cũng rơi... mưa kìa! Trên phương Bắc!

Không ai cầm dao cắt sao Đoạn Trường Tân Thanh?
Không ai gạt lệ nhanh mà mặt mày hồng lại!
Định mệnh: Đời Con Gái "đau đớn phận đàn bà!".
Bà Triệu hết kiêu sa! Hai bà Trưng tự tử!
Dân tộc đi tứ xứ... đời Thập Phương lao lung!

Tượng Phật giữa mênh mông, người ta tạc chi vậy? Trần Hưng Đạo tay chỉ "đi ra biển chìm ghe!". Một thời đi không về... Một thời đi không về! Thơ toàn quê người lạ! Em khác chi là lá gió thổi San Francisco! Em khác chi là hoa, Sacramento rụng... Mặt trời lên không nóng... thì nguội giùm đau thương!

*

Nghe tiếng chim, đã buồn. Nghe nắng reo, muốn khóc! Quê Hương là Tổ Quốc, chim kia còn lạc bầy huống gì người ta đây: Bà Âu Cơ nức nở. Lật từng trang Lịch Sử thương quá ông Tản Đà: "Ba Vì Tây Lĩnh non xanh ngắt, Một Dải Thu Giang nước vẫn đầy!".

Tôi làm gì hôm nay? Thêm bài thơ... Ngũ Tuyệt!

Đã Bao Nhiêu Năm Hoa Vàng Tóc Biếc

Sáng nay còn mưa... như mưa còn sót! Mưa từng giọt giọt không nhặt mà thưa...

Có thể tới trưa mưa còn như thế? Có thể tới xế, mưa còn tới đêm?

Muốn nói nhớ em, để đó mưa đếm! Sửa lại chăn nệm rồi ngó mưa rơi...

Gần hay xa xôi chỉ là trước mặt! Lòng không ai cắt buồn từng mảnh thơ...

*

Giấy trải một tờ. Vẫn là tờ giấy! Cây bút quên dậy, viết chữ không ra...

Bài thơ xé ba ngồi gắn nó lại. Không biết mình phải làm sao nó lành?

Thơ như tuổi xanh của mình đã rách! Thơ như mương, rạch, thời mình bâng khuâng...

Đi nữa là rừng. Đi lên là núi. Đi đâu cũng núi. Đi đâu cũng rừng.

Đi để rồi dừng... mưa rơi từng giọt! Tay em trắng muốt cây lược thời gian...

Đã bao nhiêu năm hoa vàng tóc biếc? Em là tha thiết Quê Hương Quê Hương...

Ảnh: NTN

Nhớ Nhớ Ghê Thời Ai Vén Tóc
Sông Hiền Lương Như Em Hiền Mơ

Trời nắng trong Los Angeles dễ thương,
Không chút mây không mù sương vương
Ai ngang ngõ áo choàng đã bớt
Mùa Xuân nồng nàn nâng niu gót son...

Môi ai hồng hoa đào cũng hồng
Hoa mười giờ sắp sửa đơm bông
Bông hay hoa chỉ là cách nói
Em có còn nghe anh nói không?

Em thời gian anh nhìn qua hoa
Hoa mười giờ xinh như đôi tay ngà
Mỗi buổi sáng mùa Xuân quá khứ
Đường tháng Giêng khi gần khi xa...

Đó là lúc tôi mênh mông nhớ
Một con sông và nhiều con sông
Những cánh buồm giương lên chờ gió
Thương con thuyền bỏ bến nhớ nhung!

Có con sông chia hai Đất Nước
Rộng thêm hoài cũng gần trăm năm
Giống như em từ khi vén tóc
Sáng Mồng Hai nào anh cũng nhớ nhung!

MMMMMMưa

Trời bắt đầu mưa lúc nửa đêm.
Mưa vang tí tách ở ngoài hiên.
Mưa không có gió. Mưa êm ả.
Mưa nhẹ như bài nhạc trỗi lên...

Lúc bắt đầu mưa, tôi chửa ngủ
Rồi... sau đó, quả chẳng nghe gì
Mưa rơi, mặc kệ, mưa ngoài cửa
Tôi ở trong nhà, một giấc say...

Sáng dậy, nhìn không thấy mặt trời
Vén màn cửa sổ: Mưa rơi rơi
Mưa không nặng hạt. Mưa đều hạt
Từng tiếng mưa như một tiếng cười...

Có lẽ hôm nay tôi hết bệnh?
Tôi nhìn trời đất, nói êm ru:
"Chào em buổi sáng dù không nắng
Em vẫn bình minh mỗi ý thơ!"

Tôi chợt cười tôi: Mình lãng mạn
Không thì cũng kẻ rất vô duyên
Lấy mưa làm cớ bài thơ mới
Rồi để vào thơ một chữ... M!

Ở nhỉ có ai ngăn cấm được
Người thơ nói chuyện nắng và mưa?
Nắng từng duyên cớ vào tâm sự
Mưa cũng đôi lần khiến ngẩn ngơ!

Nắng thơm, nhớ nắng trên Đà Lạt
Mưa dịu dàng mưa, nhớ Huế hoài...
Những lúc ngả người bên dốc núi
Như chừ thức dậy thấy mưa đây...

Em ơi em thấy anh chung thủy
Em hãy cười cho mưa dễ thương...
Mỗi chiếc răng em là hạt ngọc
Mỗi dòng mưa một chuỗi kim cương!

Bài Thơ Một Chữ Y

Bài thơ một chữ Tết! Thế là đủ phải không? Tôi nói với hoa Hồng Em-Vô-Cùng-Đẹp-Nhất!

Mặt trời, Em, một mặt, ấm nồng ngày Tân Niên. Em còn hơn, cái Duyên... cũng chỉ là Một Chữ!

Cả thế giới hoa nở chào mừng sáng hôm nay! Cả thế giới hôm nay một Vòng-Tay-Thân-Ái!

Hãy đi rồi trở lại: Hoa Nở Chỉ Vì Em... thấy từ gót chân sen, thấy ở từng sợi tóc!

Thơ đồng nghĩa Hạnh Phúc. Anh hôn em bàn tay! Ngón út đủ ngất ngây... Thơ ngàn năm một chữ!

Thơ ngàn năm là Nhớ - Nhớ Quê Hương là Em. Người ta nói Đoàn Viên... Em - lòng anh: Vườn Ngự!

Lâm Ngữ Đường nói: Chữ, ghép lại thì thành Câu, ghép nhiều chữ thành Đoạn, ghép nhiều Đoạn thành Chương... ghép tất cả Yêu Thương thì thành ra cuốn Sách!

Làm Văn Chương một Mạch... nhưng làm sao rút Sách về thành Chương thành Đoạn, về thành Câu, về một chữ thôi... là chữ M, em ạ.

Em nhớ điều đó, nhá! Nhưng... còn nhưng, mới lạ:
Rút đến không chữ nào! Văn Chương để ngàn sau
là Văn Chương Vô Tự!

Em... tự nhiên là gió! Em. mãi mãi bầu trời, em mãi
mãi là người anh trọn đời yêu quý!

*

Sáng hôm nay tỉ mỉ anh-hôn-từng-sợi-tóc-Em!
Tóc em sẽ nhiều thêm: Gió Giữa Trời Bát Ngát...

M! Lắng nghe chim hót mừng em ngày đầu năm!
Anh vuốt nhé bàn chân em cho dòng suối ngọc
ngà chảy...

Em nhìn đi lau lách bài thơ một chữ Y!

Happy Valentine's Day

Hôm nay nắng đẹp, nắng vô cùng
Valentine mà! Nắng trổ bông!
Anh gửi về em, nhiêu đó nắng
Thương anh trải nhé nắng muôn trùng!

Thương anh... Mặc áo xanh em nhé
Cho nắng nhớ hoài nắng tháng Giêng
Tình đẹp tình chung không biệt nhãn
Chỉ thương chỉ nhớ mới là riêng!

Hôm nay anh nhớ em nhiều quá
Nắng đã vì anh, nắng bởi em
Nắng nở hoa vàng em bước tới
Cúi đầu anh hái nụ hoa sen!

Bao giờ hết nắng anh không biết
Khi Nguyệt là Trăng vẫn Mặt Trời
Nguồn sáng từ em luôn thắm thiết
Thơ anh là biển chẳng hề vơi!

Nhớ em với trọn tình Non Nước
Nước có đi đâu cũng trở về
Xưa, đá đề bia câu ước nguyện
Hôm nay, nắng đó, một câu thề!

Em ạ, áo xanh hay áo hồng
Áo dù có tím nắng hoài trong
Lụa từ tằm nhả là tinh tú
Em áo xanh màu nắng của sông...

Anh không chợt nhớ em màu áo
Tại nắng em à, nắng dễ thương
Ngày của Tình Yêu ngày cố định
Dẫu mờ ánh nắng có pha sương...

Lòng anh thương nhớ không bờ bến
Có chắt chiu thì cất để đâu?
Anh mở lòng anh ra bốn biển
Nắng trùm em nhé một nương dâu...

Một Ngày Không Có Thơ

Một ngày không có thơ... tôi làm sao thế nhỉ? Tôi có là không khí khi tôi không thấy tôi?

Tôi nói chuyện "trời ơi" với ai đây? Vô ảnh? Tôi biết mà, trời lạnh, nắng ngập tràn mặt sân!

Sân đâu phải con sông sao nắng lại nổi sóng? Tôi, con thuyền vô vọng trôi trên sóng nhấp nhô.

Gió lạnh và gió khô. Gió không báo hiệu mưa vì Cali không mùa nào như Âm Lịch nói...

Cali có nhiều núi, nhưng núi không có rừng. Những cây thông, cây tùng... người ta trồng làm cảnh.

Cali sông như rãnh. Ít mưa nên lóng lánh. Những khe nước kể cạnh chảy ra biển, đại dương.

Cali rất dễ thương mà thường thường dễ ghét! Như... hôm nay tôi mệt, không có một dòng thơ...

*

Nếu mai này trời mưa (dù cơn mưa bất chợt), sông sẽ đầy tràn nước! Nước mắt những vì sao?

Tôi nghe nước mắt trào xuống phần mềm sống mũi. Bàn tay tôi nắng rọi xuống mặt gạch long lanh...

Mai ngày Valentine, thơ tôi vẫn chưa có. Thương quá người em nhỏ không thấy chữ tôi bay...

Tóc em mái tóc dài, suối khô, luồng gió cạn! Nắng như hồi Ghềnh Ráng tôi gọi ai... An Khê!

Quê Hương tôi cái quê khói thơm mùi rất nhớ. Pleiku nắng đổ bộ, áo nhà binh bạc màu...

Bốn Mươi Chín Năm Tôi Xa Đà Lạt

Bốn mươi chín năm, từng đêm, giấc ngủ, tôi chiêm bao, Đà Lạt tôi về... Hơn nửa đời người mãi mãi một quê, tôi còn sống để nói còn yêu quý!

Tôi gặp bạn bè biết bao điều thủ thỉ: Đà Lạt dễ thương nhờ con dốc Nhà Làng! Con đường lát đá thôi, người xưa mở đi ngang / cái lưng núi và leo lên ngọn núi... lên khu Hòa Bình nhìn sương mù trôi nổi / từ Lang Biang về tới Cam Ly...

Đà Lạt ít chỗ bằng để dậu cái xe... nên xe dậu cứ gối đầu sườn núi, yên tâm nằm ngàn năm không có bụi / chỉ phấn thông vàng thơm ngát bay bay...

Đà Lạt có vườn Bích Câu, có rừng Bồng Lai, có thác Gougah, có thác Pongour, có thác Ankroet... có Suối Vàng... có Lạc Dương... dễ thương từng tên gọi, cái nghĩa của từng địa danh không trong sách vở!

Thí dụ Suối Vàng... bạn đi tới đó, bạn dãi được vàng chớ chẳng phải chết nha! Rồi bạn lên Lạc Dương đứng lại ngà ngà, bạn hít thở khí trời thơm ngát...

Nhiều người nói Đà Lạt xưa là Xã Lát / điểm khởi đầu của một bản Tình Ca... có một người đàn ông từ bé đến già yêu chỉ một người Tiên trong giấc mộng...

Người con gái đó, nàng Tiên, còn sống trong thơ tôi mỗi tối hiện thành hoa... Cẩm Tú Cầu người ta trồng ở Ga / cùng hoa huệ mượt mà ấp Hồng Lạc!

Mình đi xuống Datanla ngồi bên bờ thác, bạn với tôi, mình thắp nhé lò hương, gọi tên ông Nguyễn Du bày tỏ nhớ thương, vầy lửa cũ và tôi nghe bạn hát... (*)

Bài Tình Xa... bạn tiễn tôi đi! Bốn mươi chín năm tôi vẫn nhớ về / tóc của bạn tóc thề tóc nguyện / sóng lòng tôi đầy biển bọc năm Châu...

(*) Thơ Nguyễn Du: "Mai sau dẫu có bao giờ, đốt lò hương ấy so tơ phím này."

Nắng Hôm Nay Nắng Đẹp Nắng Trong

Hôm nay nắng mà lạnh còn tháng Chạp, người vẫn run khi gió chợt bay qua. Khi gió hôn những nụ hoa, những con bướm vàng lảo đảo.

Hình như gió cũng chun vào lớp áo, anh thấy em lảo đảo, đẹp vô cùng!

*

Nắng hôm nay, nắng đẹp, nắng trong, anh thấy em có nụ hoa hồng trên má! Tại sao anh không nói về màu của lá? Tại sao anh thích nhìn em mái tóc gió đùa?

Hãy đứng yên, anh đọc câu thơ / của Lý Bạch làm ngàn ngàn năm trước... khi thấy Dương Quý Phi điệu đàng tha thướt: "Vân tưởng y thường hoa tưởng dung...".

Có đôi khi người ta bước song song / rồi đứng lại hôn nhau đắm đuối! Em hãy tưởng tượng giữa rừng giữa núi / có đôi tình nhân đi dạo tìm hoa...

*

Nắng hôm nay ôi nắng thái hòa... Trời vẽ mộng hay là thơ dệt mộng? Nghĩ ở chân mây có ai trông ngóng / ngày tôi về không biết nữa bao Xuân?

Bỗng dưng mà mưa như muốn rưng rưng, mây gió giạt ngang đồi thông phấn tỏa... Phấn thông vàng có bay ra tới Huế / để ai ngồi chải tóc giống trong tranh?

Đường ra xứ Huế quanh quanh non xanh nước biếc như tranh họa đồ!

Em Mãi Là
Cô Gái Mười Bảy Tuổi Ngày Xưa

Sao hôm nay không nắng? Chiều hôm nay sẽ mưa? Tôi đã ngồi tới trưa... lạnh từ vừa đến lạnh!

"Trốn trời đâu khỏi nắng?". Tôi nhắc, nghe buồn buồn. Giờ này ở Quê Hương, nắng mưa... chuyện thường bữa!

Không cách nào hết nhớ! Quê Hương từng tiếng chim... Ở đây, ngày vắng tênh, chim bay đâu hết cả?

Ném bánh mì cho quạ... Quạ không thấy bay về! Ở đây không phải quê, nhớ ơi đồng bát ngát...

Nhớ ơi tiếng ai hát bài Tình Xa Tình Xa...

   *

Chỉ biết ngày hôm qua, em bắt chuyến xe lửa, em đi về ngoài nớ, em thăm Tết bà con...

Những chuyến xe Sài Gòn, tiếng còi và lửa, khói... lâu nay không ai nói sân ga buồn thế nào!

Anh thấy em... chiêm bao. Anh thấy trào nước mắt. Em. Quê Hương. Tổ Quốc, bốn chín năm đổi cờ...

Mới hôm qua mà xưa... giống ngày mờ không nắng! Tóc em sợi dài, vấn, trăm năm là trăm năm!

Chao ôi buồn thâm thâm, chao ôi buồn thẳm thẳm. Ống sơn nào đen sậm, anh vẽ buồn bức tranh...

Đường ra xứ Huế quanh quanh non xanh nước biếc như tranh họa đồ! Anh nhớ chớ Lăng Cô, nhớ Nhà Thờ chuông vọng...

Biển mùa này gió, sóng. Biển muôn đời mênh mông! Tóc em quấn hay buông... Chao ôi mây Thành Nội!

Sao không là Thành Ngoại? Con nhớ Ngoại quá chừng, nhớ em đi sau bưng cái rổ cau cho Ngoại...

Em mãi là cô gái mười bảy tuổi hồi xưa...

Ba Ngày Rồi Mưa Sa
Bài Thơ Tôi Như Thế

Đã sang ngày thứ ba mà còn mưa, lạ quá! Quê mình ai cấy mạ chắc lúa đã lên xanh? Những con cò trắng quên mất đường về, dám lắm? Những người ra biển thẳm chắc cũng quên quê nhà?

Bốn mươi chín năm qua một cái vèo, ứa lệ! Ừ thì còn chút để... mình nhìn mưa, mưa rơi! Tôi biết ai mỉm cười môi ràn rụa nước mắt. Ba mươi lăm năm đất khách, tôi hay nhìn mưa bay...

Ba ngày rồi, hôm nay tại sao mưa chưa dứt? Nghĩ tới bầy ong mật, mưa chúng sống làm sao? Không lẽ chúng nghẹn ngào, hoa đâu cho chúng nhụy? Tại sao mình là Ngụy thương cả loài côn trùng?

Bất chợt nhìn qua sông, mưa cũng mờ bên đó. Thiên lý chưa tương ngộ, ba mươi lăm năm tha hương...

*

Trong lòng tôi vương vương cái chữ buồn, ai biểu? Quán cà phê có thiếu tôi buổi sáng này không? Tôi nhìn xa, mênh mông. Tôi nhìn xa, mênh mông.. Hai dòng. Một nỗi nhớ. Bạn bè còn bao nữa, nỡ lòng nào cũng xa?

Còn sống, về, đã già. Mẹ cha tàn nhang tạ... Ba ngày rồi thật lạ, mưa tháng Giêng lê thê... Tôi nhớ quá bờ tre mưa đè từng chiếc lá, xanh xanh màu đám mạ hôm nào mưa bóng mây...

Ai biểu em thơ ngây, anh muốn hôn con mắt! Ai biểu em Tổ Quốc, đời anh... đời cuối đời! Em có mỉm môi cười, cho anh xin ràn rụa. Cho anh xin ngọn cỏ gió dùa em bà ba...

Ba ngày rồi mưa sa, bài thơ tôi như thế!

Đêm Nguyên Tiêu Năm Giáp Thìn

Trăng lách qua đám mây, trăng nằm đầy sân gạch! Tóc trăng là lau lách. Nhớ trăng ơi ngày xưa...

Ngày nào thì cũng thơ! Trăng mượt mà năm Mới. Trăng chảy theo con suối. Trăng vàng! Thái Bình Dương!

Trăng! Phải nói Dễ Thương! Trăng không hề Dễ Ghét! Đời người có ly biệt trăng muôn đời Nguyên Tiêu!

Trăng hiện ra từ chiều. Trăng, Bà Hoàng Buổi Tối. Mười hai tháng mong đợi, trăng tròn như nụ hôn!

*

Thơ về trăng không mòn dù trăng có khi khuyết...
điều đó ai cũng biết và mong nâng niu trăng...

Lý Bạch chết bởi sông vì trăng... luôn là núi! Tôi yêu trăng quá đỗi nói như từng chiêm bao...

... uống trăng rất ngọt ngào khi trăng nám đống trấu, bao nhiêu người nung nấu chuyện cổ tích thật vui!

Nhiều người lính một thời nói về nhà như thế... khi bên Cha bên Mẹ, khi bên anh chị em...

Đất nơi mình lớn lên có trăng soi bờ giậu! Mẹ ngày xưa phơi áo, áo đỏ bờ giậu xanh...

Thơ Lưu Trọng Lư buồn tênh nhắc lại thời còn Mẹ! Mẹ tan rồi nắng xế... trăng lấp đầy mặt sân!

Ôi tôi lại bâng khuâng viết gì đây thêm nữa? Không lẽ nói khung cửa: Trăng là một Hình Vuông?

Cái tay lau nỗi buồn.
Tờ Giấy Bài Thơ Mới...
Trăng kìa nằm bên suối,
Bên trời một cánh chim...

Đà Lạt Xuân Năm Nay Vẫn Đỏ Rực Hoa Đào

Cả ngày không có nắng! Bão nữa chăng? Chỉ gió. Gió se se. Chim có bay qua, quạ có bay về... Em không thấy! Chắc tại trời không nắng! Mà cũng tại em đi vắng mấy hôm rồi... nên nắng đuổi theo em! Nắng đuổi luôn mưa không cho ướt mặt thềm, không cho ướt cái mặt em duyên... duyên, nắng dễ ghét!

Anh ném gạo cho chim ăn. Chim ăn đã hết. Cái mặt sân trơ trụi. Gió đìu hiu. Anh cũng buồn hiu cho đến hết buổi chiều. Anh đi ngủ, gió ru anh khe khẽ. Gió ở Di Linh, gió lên Tùng Nghĩa... Em bây giờ chắc ở thác Prenn? Con suối Datanla êm êm gọi tên Đà Lạt. Buồn ôi buồn, Trại Mát chắc đang mưa? Anh ngó lên Lạc Dương, anh thấy trời mờ. Thấy khóm liễu, tưởng tóc em gió chải...

Ước chi em ngồi bên anh tay trái, anh thở vào em một giấc chiêm bao!

*

Đà Lạt Xuân năm nay vẫn đỏ rực hoa đào. Em thế nào, má có hồng hương phấn, cho Thôi Hộ đi tìm ngơ ngẩn... suốt đường thơ? Hai mươi tám chữ ngày xưa, hai mươi tám chữ ngày sau, tờ giấy hoa tiên vẫn mướt cái màu nhung nhớ!

Đỉnh Lang Biang cao bao nhiêu bộ? Chuông Nhà Thờ có tới đó không em? Cao Cung Lên! Cao Cung Lên! Em hát đi cho quên... đường xuống núi, mặc kệ con nai vàng lủi thủi giẫm lên lòng từng phiến lá vàng khô. Lại cũng nữa bài thơ nói về Con Nai Vàng ngơ ngác...

Anh muốn làm một bài thơ phổ nhạc để mai chiều em hát chuyện Một Con Nai Vàng Nhớ Một Con Nai Vàng!

Mùa Xuân Như Giấc Mơ

Có phải hôm nay trời buồn? Sao nắng lên mà... nghe âm u? Hình như còn mùa Thu? Còn nghe lạnh! Gió đâu nhiều mấy?

Có phải hôm nay tóc em quên chải? Anh thấy mây trời hình như so le? Những con quạ có bay về, không thấy bánh mì, chúng bay đi hết!

Lịch vẫn còn lịch Tết. Hai mươi lăm tháng Giêng, chưa hết một ngày! Hoa đào rụng, hoa đào bay, chờn vờn thấy tội!

Buổi chiều đang lội trong vũng nắng chập chờn. Anh đi khép cổng hoàng hôn sợ để tối rồi không khép kịp...

Hôn nhé em những chùm lá biếc. Thấy có chút này mà nhớ cả mùa Xuân! Nhớ đêm nay có trăng mà một vầng trăng mỏng.

Trăng có trôi về với đêm lượn sóng em vẫn êm đềm ôi áo dài bay...

Hôm Nay Trời Xanh Biếc
Ngày Đẹp Tuyệt Thơ Duyên

Hôm nay trời khô ráo, diện mạo của mùa Xuân: cây, lá xanh. Hoa, hồng / vàng, trắng, đỏ... rực rỡ!

Sáng, người ta đi bộ, áo ấm choàng nhẹ tơn. Tất cả như bình thường, mỗi ngày, chào vui vẻ...

Câu mở lời: Mạnh khỏe? Câu đáp lời: OK. Người ta nói để nghe... lại câu mình vừa nói.

Chẳng có chi mà vội. Đời bình yên thế này. Mỹ không Tao, không Mày, chỉ You, Me... là đủ!

Đời là chỗ tạm trú. Hiện tại không tương lai, dĩ vãng như mây bay... đã bay rồi phiền muộn!

Người ta như không lớn giống như mặt con đường: đông xe thì rộn ràng, ít, thênh thang thoải mái...

Đẹp nhất là con gái, quần ngắn khoe chân dài, áo không tay khoe vai mượt mà làn tóc xõa...

Thơ năm chữ... nhiều quá! Chỉ một chữ là Thương... Tự Do là Quê Hương? Bình Yên là Lý Tưởng?

Đời dù có trăm hướng, lòng chỉ một hướng thôi: sống làm việc - vui, chơi; thác thì chào từ biệt...

Hôm nay trời xanh biếc... Ngày đẹp, tuyệt! Thơ, duyên!

Em Có Nghe Trong Mơ

Hôm nay chắc không mưa. Không mưa thì trời nắng? Hỏi ai đây? Im lặng! Im lặng. Buồn. Buồn ghê!

Ôi câu thơ không dè đuổi bay bầy chim sẻ, những con chim be bé, hoa đào tàn rụng theo...

Mới vừa Rằm Nguyên Tiêu, mặt sân còn ánh nguyệt long lanh thảm cỏ biếc, long lanh nắng bình minh...

Tôi nhìn cái bóng mình, một vệt dài như gió. Gió sáng nay không có. Ngọn cỏ không ai đùa!

Nắng vàng vàng như tơ áo dài ai óng ánh. Hình như còn chút lạnh trên bàn tay ai kia...

Bây giờ là ban khuya ở quê nhà em nhỉ... trên cái giàn thiên lý hoa từng chùm sao đêm!

*

Buổi sáng anh nhớ em, thơ vài câu thêm nhớ...
nhớ thơ Nguyễn Đình Chiểu có hai câu dễ thương:

"Lời quê dù vụng hay hèn / cũng xin lượng biển uy
đèn thứ cho!".

*Em có nghe trong mơ xin chìa anh ngón út, anh tin
anh níu được tình em cả đại dương...*

Vang Bóng Một Thời Đà Lạt

Đà Lạt ngày xưa rất dễ thương!
Người Kinh, người Thượng rất bình thường.
Người chung một nước, chung đường phố
Vui vẻ như chung một khóm, phường...

Cửa hiệu, vào, ra, mua sắm chút
Cơm hàng cháo chợ nhẩn nha ăn.
Ở rừng, gom góp đem về chợ
Tới chợ, xong xuôi trở lại làng...

Đi bộ, vui chân ba, bốn người.
Đi xe, ráng đợi xe đò thôi.
Có người đi tắt con đường núi,
Ẩn hiện lung linh những ngọn đồi...

Đà Lạt ngày xưa dù chiến tranh,
Số phần ký thác ở Cao Xanh.
Ai theo Đạo Chúa, lòng tin Chúa
Ai chẳng chi mô, giữ cái Tình!

Tôi nhớ ngày xưa tôi giống Thượng,
Bạn bè người Thượng rất anh em
Hỏi thăm Cha Mẹ Ông Bà để
Gợi nhắc cái gì có nhớ, quên...

Đà Lạt ngày xưa nay mất hết:
Thượng lên nương rẫy kiếp ngô, khoai;
Kinh thì nhiều kẻ đi ra biển...
Tất cả đều chung cái Mặt Trời!

Tôi nhớ, mở hình xưa ngó lại...
Khôn cầm giọt lệ thuở khai thiên...

Nhìn Lên Thấy Mặt Trời Pha Nỗi Buồn

Vậy mà đã bảy giờ hơn,
mặt trời đã hiện, rất tròn như trăng.
Dĩ nhiên trăng tối đêm Rằm
Nguyên Tiêu vừa mới về nằm với Xuân!

Đang không đêm. Đang sáng dần
núi sương với tuyết với băng kính chào!
Mặt trời đỏ rực đỏ au,
đỏ luôn cả đám mây nào gần bên...

*

Anh không gần nhỉ bên em,
trái tim Hà Nội chắc chìm trong mưa?
Anh thì thầm với cỏ xơ...
Cỏ xơ xác bởi bão vừa hôm qua...

Bật lửa châm khói thuốc phà,
Nhìn lên thấy mặt trời pha nỗi buồn!

Ảnh: NTN

Mùa Xuân Như Giấc Mơ

Có phải hôm nay trời buồn? Sao nắng lên mà... nghe âm u? Hình như còn mùa Thu? Còn nghe lạnh! Gió đâu nhiều mấy?

Có phải hôm nay tóc em quên chải? Anh thấy mây trời hình như so le? Những con quạ có bay về, không thấy bánh mì, chúng bay đi hết!

Lịch vẫn còn lịch Tết. Hai mươi lăm tháng Giêng, chưa hết một ngày! Hoa đào rụng, hoa đào bay, chờn vờn thấy tội!

Buổi chiều đang lội trong vũng nắng chập chờn. Anh đi khép cổng hoàng hôn sợ để tối rồi không khép kịp...

Hôn nhé em những chùm lá biếc. Thấy có chút này mà nhớ cả mùa Xuân! Nhớ đêm nay có trăng mà một vầng trăng mỏng.

Trăng có trôi về với đêm lượn sóng em vẫn êm đềm ôi áo dài bay...

Tạ Nhé Nhân Gian Bản Tin Thời Tiết

Tuần tới không mưa, trời nắng suốt!
Tin thời tiết thế, có mừng không?
Đời không còn chỗ nào nương tựa,
Phơi tấm lòng cho thơm gió Đông!

... thì lạnh! Cứ run cho bõ ghét
Vòng tay nghe ấm mảnh thơ Tình!
Chưa xong ráng nghĩ cho xong, tiếp,
kết thúc chuyện gì cũng mỏng manh!

Mà tuổi mỏng manh rồi chứ nhỉ?
Mừng vui ai hứng nắng trên đồi...
Nhớ hoài Đà Lạt - em yêu quý,
một nụ hoa hồng - em thắm tươi!

Có thể ai cười khi ngó phấn
thông vàng bay trên sân trường xưa...
bay trên hồ nước long lanh nắng,
mắt chớp vô tình áo phất phơ...

Những tà áo dài bay chiều tà
Gió Đà Lạt thổi trắng màu hoa.
Hoa Thu Cúc nở mùa Xuân Cúc
Có một chữ gì Thơ có chưa?

Thưa có, thưa em: tàn tuổi Lính!
Thầy không còn nữa dáng hào hoa!
Tuổi tàn, đời đã tàn theo tuổi,
Thơ bội tình chung cả Nước Nhà!

Đau lắm, em à, anh nói thế
theo tin thời tiết tạ nhân duyên,
tạ sân trường với chùm bong bóng
tím, đỏ, xanh, vàng... tưởng áo em!

*

Em cao guốc nhỏ không vào lớp,
Trường mấy hành lang (*) *vẫn rất dài*
Tuần tới nắng thơm thành phố nhớ
Thầy còn chút xíu tuổi thời trai...

(*) Tôi nhớ thơ Diễm Châu: "Chị về đây với người ta, một hành lang rộng buồn da diết buồn!". Tôi xin lỗi Diễm Châu...

Nắng Mới Lên Rồi Nắng Rất Thơm

Nắng ửng lên kia! Ngày đã mới. Hôm nay hy vọng hết rồi mưa? Những nhành cây gãy nằm đây đó, lát nữa mình ra dọn... thấy trưa!

Vài con quạ tới như thường bữa, hết bánh mì thì cứ nhặt sương, nhặt nắng, nhặt buồn... bay chỗ khác. Vài con đến muộn thấy mà thương...

Ngày tháng xoay vần theo cuốn lịch vẽ vòng muôn thuở chuyện nhân gian... như xe bus chạy theo thời biểu. Tội nghiệp người ta lúc vội vàng...

Tội nghiệp có người đi bộ suốt, hai vai họ gánh nổi niềm riêng? Áo? Cơm? Phòng trọ? Khi đau yếu? Ai sẻ chia ai chút muộn phiền?

Có những niềm riêng không tỏ được! Nhớ bài hát của Lê Tín Hương... Người đi vượt biển, đi và tới sao mắt ngày xưa vẫn cứ buồn?

Nắng mới lên rồi. Nắng rất thơm. Em à anh muốn ghé môi hôn, em nha? Suối tóc như nhành liễu, nước lặng mây ngừng... xa quá xa! (*)

(*) *Thơ Lưu Trọng Lư: "Cao như thông vút, buồn như liễu, nước lặng, mây ngừng, ta đứng yên".*

Em Một Mình Thơm Bao Ý Thơ

Chúa Nhật này vui không có mưa!
Em đi Lễ nhé, Chúa mong chờ
thấy em, Chúa bảo chuông ngưng đổ
Thánh Giá - Con gà gáy ó o...

Đà Lạt của mình, Nhà Thờ đẹp!
Nhà Thờ cao và em cũng cao
bằng cây thông nhỉ, bên Bưu Điện
có nắng vàng mơ phớt má đào...

Anh muốn nhìn em đi một mình
thấy em lồng lộng giữa trời xanh.
Bài thơ anh có em trong đó,
có chữ nào em chớp mắt nhanh?

Có chữ nào em yêu quá đỗi
Quê Hương mình, không lẽ nói hơn?
Em tung tăng giống như con bướm:
Vạt Áo Hồng Yêu Quý Nhớ Thương!

*

Chúa Nhật này không mưa không mưa
Có mây bay gió hiu hiu đùa
Guốc cao áo mỏng thềm hoa nở
Em một mình thơm bao ý thơ!

Mỗi Ngày Một Tâm Tình

Tin thời tiết Thứ Sáu: "Thứ Bảy trời không mưa, Chúa Nhật, tuần tới, hoa / mừng Năm Mới, đua nở".

Phải vui như thế chớ! Tin thời tiết lần đầu / nói về chuyện ngày sau, dễ thương như tiểu thuyết!

Ai cũng tin là thiệt và dĩ nhiên là mừng. Ngày mai có hay không... hãy để mai rồi thấy!

Bây giờ... hãy giận lẫy: "Em mất gì hôm qua? Ngày Mồng Tám Tháng Ba / anh quên nói lời chúc?".

Anh muốn nhìn em khóc... dễ dàng mưa bóng mây!

*

Vâng, thì mưa đang bay. Chiều Thứ Sáu không nắng. Tôi phá sự im lặng / bằng gợi chuyện... tương lai!

Biết tương lai thường sai / những gì mình tính trước. Coi như mình đi trượt / để ngả người vào nhau...

Dù đó là chiêm bao, dù đó là mộng ảo... vô duyên như bầy sáo / sổ lồng bay qua sông!

Này em, nhìn mênh mông, kìa - chân trời góc biển! Này em, cái hiển hiện, trước em là Tình Anh!

Tôi nói thật là nhanh. Tôi hôn nàng thật chậm. Hai mắt cá nàng thắm giọt mưa bóng mây rơi...

Em Đi Chùa Cúng Phật
Nhặt Giùm Anh Tiếng Chuông

Giờ mùa Hè đã điểm từ nửa đêm boong boong...
Sáng nay không còn Xuân, mặt trời lên đỏ rực.

Washington State tuyết rơi, tuyết còn rơi. Nhiều
người ngủ muộn, thôi, lát than Trời, ráng chịu!

Mùa Hè Mỹ không thiếu hoa mùa Xuân em à. Xòe
ra đi tay ngà mà nâng niu ngày mới!

Và hãy đi ra suối vọc chân ngọc giùm nha... Giữa
đất trời bao la, em là Bình Minh đó!

Anh nhìn từng ngọn cỏ vẫy gió chào mừng em!
Anh nhìn từng con chim mừng em mà hót sáng!

Em mừng anh lãng mạn, nói đi cái miệng xinh!
Định nghĩa đi chữ Tình, Nguyễn Công Trứ thắc
mắc!

Anh ôm em rất chặt... từng sợi tóc mong manh...
Anh hôn em thình lình... chỗ nào, anh không biết!

*

Bài thơ này ngộ thiệt làm mừng ngày đổi giờ. Bài thơ này là thơ, em người duy nhất có...

Em ơi hãy làm gió thổi bay tình-dễ-thương... Em ơi em là sương đọng cho anh Cố Quận...

Anh nhớ em quần xắn tới chỗ nào cũng thơm! Anh hiểu chữ Quê Hương mỗi lần nghe cay mắt!

Em có đi cúng Phật nhặt giùm anh tiếng chuông boong boong boong...

Thương Nhất Em Là Hai Ngón Tay Út

Em nói tự nhiên đau! "Em không làm gì cả. Hồi nãy có hái lá mà lá nhẹ tênh hà...

Rồi em buông lá ra / để em đi đuổi nó. Thật tình em đuổi gió, gió thổi bay tóc em".

Em nói thật tự nhiên "Gió không hình không bóng mà sao nó lồng lộng / thổi em tà áo bay?"

"Nếu anh không ghé đây, em không đau đâu nhỉ? Ô cái mặt bí xị, đau, đau hai bàn tay!"

Tôi nói thẳng nói ngay: "Đừng đau em ngón út, cả hai bàn tay ngọc! Em hết đau rồi chưa?".

Tôi nói như đọc thơ, em bật cười, cười ngắt: "Em hết đau, hết thật, ngón út anh đây này!".

Tôi hôn em hai tay - hai ngón út đẹp nhất. Buổi chiều trôi qua, mất; Tình Yêu là Bình Minh!

Tâm hồn tôi linh tinh... thấy mình đi trong mộng - không phải trong cuộc sống mà lạc trong vườn thơ...

Ngón út nào ai đưa, tôi vẽ vời thương nhớ! Mười bảy, em qua đó, ôi bờ sông bên kia...

Đêm Trăng Mười Bảy
Ngồi Bên Con Suối

Tôi hái một chiếc lá / thả theo dòng suối, trôi. Tôi thấy hình như tôi / cũng là một con suối...

Cái cặp chân em duỗi, hai gót sen nở bùng - không phải! Hai nụ hồng / tặng một người con gái...

Hồi đó em mười bảy, trăng mười bảy còn tròn. Suối trôi ra sông Hương / trôi Nam Phương Hoàng Hậu...

Tôi là người ở đậu / mái nhà túp lều Thơ. Huế có bao giờ chưa / thấy tôi vầng trăng cũ?

Thấy tôi là làn gió / chải tóc người xuôi xuôi - em đó! Cái miệng cười / đủ khuynh thành khuynh quốc...

Em từ thời đi học / đọc từng chữ a, bê... nhăn mặt và xuýt xoa... chữ gì mà khúc khuỷu...

Chữ gì mà em níu / ngoằn ngoèo quanh rồi co... Những chữ đó thành thơ - chưa một bài nào có...

Ôi cái thời em nhỏ... dòng suối mây cũng trôi mà đứng mãi nụ cười em cùng sông cùng núi!

*

Tôi là con dế nhũi, uống trăng và uống sương, giọt nước mắt Quê Hương / dễ thường lăn trên má...

Như lăn trên gò mả / của Tổ Tiên bao đời / qua bao cuộc chuyển dời / thấy hoài trong Lịch Sử!

Con suối kia chở chữ / của tôi trôi về em... trôi về đỉnh LangBiang, trôi về tới Đà Lạt...

Ôi ngàn thông bát ngát / thơm ngát phấn thông vàng...

Bắt Đầu Ngón Út

Ông Bà Xưa chia thời gian bốn mùa, chúng ta bây giờ không-mùa-nào không mùa Thơ!

Người đi ngoài đường, đó là mùa đang chuyển. Ta đứng đâu nhìn cũng nắng và mưa!

Khi chúng ta đi hết biển, chúng ta biết chỗ ta tới là Quê. Quê Hương: Ngôi làng mộc mạc...

Không có đổ nát vì ai cũng nghĩ tới Ngày Mai. Chúng ta chung tay làm được ngày mới,,,

Chúng ta trở về: Thời Gian Vẫn Đợi, mái tóc thề xưa là câu thề nguyền! Cái nụ cười duyên, hoa hồng lại nở!

Ngàn ngàn muôn thuở,
chúng ta còn chúng ta!
Mỗi hơi thở ra: Quê Nhà Thơm Ngát...
Hai chữ Phiêu Bạt: mây trắng bềnh bồng!

Chỉ con hạc vàng bay đi rồi khuất,
Mây trắng ngàn năm, dừng là Mưa Hoa!

*

Anh hôn chân em hai gót chân ngà.
Anh yêu thương em bắt đầu ngón út...

Nha Trang có nơi gọi tên là Chụt.
Cũng có một nơi thay đổi vẫn Thành!

Em có yêu anh... nói lời nhỏ nhẹ!
Anh thích Xuân Diệu có thơ dễ thương:

"Hãy ngó càng lâu, nói rất êm,
hãy dùng những tiếng thật êm đềm!
Thu này em phải yêu thêm với
bóng đổ trong lòng lạnh lắm em!"

MMMMMMMM ơi!

Những Đám Mây Phiêu Bạt Về Đâu
  Mây Hỡi Mây

Tháng Năm chưa nóng gắt... trời nắng, nắng nồng nàn... như có mùi ngọc lan từ nhánh cành hương tỏa!

Ồ! Câu thơ lạ lạ! Mỗi ngày còn niềm vui. Tôi muốn nói một lời: "Cảm ơn Thơ Nhiều Lắm!".

Vài con chim đang tắm / nắng / trên mái nhà, kìa. Nắng là nắng-pha-lê? Chim là chim-ngọc-điểu?

Tôi nghĩ mình đang thiếu chút chữ nghĩa với thơ. Sao cảnh tình như mơ... mà thơ tôi mắc nợ?

Cây ngọc lan ngẩn ngơ. Vài nụ hoa trắng nõn. Ngọn cây như cái nón ai đội vào nghĩa trang...

Hay hồn tôi lang thang, bắt đầu rồi đó nhỉ?

*

Có cái gì hệ lụy giữa thơ với hồn thơ? Tôi nhớ lời người xưa: "Người, Thơ, thơ có vận".

Đó là cái lận đận? Đó là cái nồng nàn? Rồi tôi nghĩ Ngọc Lan, một loài cây ít thấy...

Nó xòe nhánh trên mái nhà người ta, tại sao? Nó là điềm chiêm bao gặp những gì ma my?

Hawaii nước Mỹ, cây ngọc lan như rừng, người ta kết từng vòng hoa choàng cổ du khách...

Hoa ngọc lan trinh bạch, thơm ngát quần đảo xanh. Tôi có lần nghiêng mình để được choàng thân mến!

Tôi vẫn còn quyến luyến... trưa nay nắng nồng nàn. Đường qua biển bay ngang. Tôi mơ màng kỳ diệu!

Khi con người ta thiếu Quê Hương... thường bâng khuâng? Trưa nay không trưa Xuân, lòng tôi nghe thơm ngát...

Những đám mây phiêu bạt về đâu mây hỡi mây?
Những đám mây phiêu bạt về đâu mây hỡi mây...

Hai Thế Kỷ Một Bài Thơ

Ở thôi hai đứa mình về
Chiều nghe sương rụng buồn ghê là buồn!

Mai anh rời bến Quê Hương,
em thành cố cựu muôn muôn năm chờ...

Phải chi chiều có chút mưa
để anh thấy mắt em mờ... rồi hôn

biết đâu anh sẽ cứ còn
như người lính hái hoa soan hồi nào...

Không ngờ hồi đó qua mau
em đứng ngoài lộ, ngoài rào kẽm gai!

Những giọt sương máu chảy dài
coi như em thấy anh hoài yên tâm.

Bao nhiêu gió bụi cát lầm,
không ai đuổi nguyệt đêm nằm với ma...

Hoa soan thềm cũ là hoa
anh không hái nữa, ai mà tặng đâu?

Thôi thì gắng nói một câu:
"Tình ta áo đổi qua cầu gió bay".

Tưởng đi học tập mươi ngày,
ống kem, bàn chải, khăn tay... anh chào,

em về vén ao lên lau
nước mắt ướt tí chưa nhàu áo hoa...

Hoa soan thềm cũ, mình xa,
Mấy tàn hoa rụng bỗng là Thiên Thu!

Mình về em nhé, âm u
Câu chia tay nhớ nghe mù mù khơi...

Bất Chợt Ai Qua Còn Cái Bóng
Bắt Đầu Từ Đó Gió Tương Tư

Bây giờ, trưa, Thứ Ba, trời nắng gắt.
Tin thời tiết đúng thật: Hôm nay nắng cả ngày.
Chiều, có thể mưa bay; đêm, có thể bão tới...

Không thấy ai chờ đợi. Phố xá vẫn bình thường.
Hoa cỏ đều dễ thương. Người ta dễ thương nhất.
Thản nhiên hai con mắt. Hất mái tóc, nhẹ. Đi...

Coi như đi không về. Bắt đầu mình nhớ lắm!
Coi như trời thăm thẳm, không một chút mây trôi.
Nắng như là nụ môi / đóa hoa hồng thắm thiết!

Con bướm đâu không biết vừa vỗ cánh bay ngang
rung rung rụng nắng vàng rơi rơi đầy cửa ngõ...

Cánh cửa rung rung gió. Nhà Thờ trưa rung
chuông...

*

Có vậy mà bốn phương lòng người thành thánh thiện? Nên người ta nguyện, người ta cầu, người ta xin... ai cũng giống như mình: "Đừng ăn ở thất đức".

Cô giáo vào lớp học có biết ai đằng sau hứng nắng uống ngọt ngào, hứng áo dài hôn gió...

Niềm riêng không nên tỏ, mình đem nó vào thơ... kể lể rằng ngày xưa có khung trời ảo mộng, có người đi để bóng xanh hoài con đường xanh...

Ngàn Muôn Năm Thơm Ngát
Áo Em Vàng Phấn Thông

Đi giữa đường hoa, em thành Hoa-Đà-Lạt. Trên đường về Trại Mát hoa nở tới Trại Hầm, em thành em-muôn-năm của lòng anh thương nhớ... Đất Nước còn em ở, anh lỡ... rồi! Tha Hương! Nói như thế cho buồn! Đoạn trường là đứt ruột...

Con đường xưa quen thuộc, nắng suốt và mưa xuyên, tóc em gió làm duyên chút thôi mà duyên lắm... Hoa quỳ màu vàng đậm, em có thẫm chăng buồn?

*

Đà Lạt xưa là thôn, là phường, là khóm, ấp... Những đường phố tấp nập để cho du khách thôi. Em, nước mắt mồ hôi tưới cho rừng xanh núi... Đồng bào Thượng an ủi với nhau... đi cùng em.

Em đi tới Damrong, em trở về Xã Lát, em nâng niu Đà Lạt thuở đầu đời khai sinh! Em! Em đi một mình... xuống Phước Thành ngồi nghỉ, chuông Dòng Chúa Cứu Thế chiều vàng ngân vang vang... Em à, anh nhớ đường đi lên Ankroet... Anh nhớ em nói "mệt" anh hôn em... nhớ không?

Hoa quỳ
Hoa cúc
Hoa hồng
Em là Hoa-Đà-Lạt
Ngàn muôn năm thơm ngát áo em vàng phấn thông!

Nhỏ Của Anh Ơi Có Một Ngày Em Lớn

Trời đã bắt đầu nóng. Mới thoáng Xuân đã Hè. Lạnh chỉ là cơn mê... tan rồi! Nghe mằn mặn!

Ồ thì ra chút nắng rớt vào miệng, vậy thôi! Thời tiết của ông Trời. Nóng, lạnh, thơ mình nói!

Có lẽ tôi vội vội bắt được tứ thơ chăng? Bây giờ nói như rằng: "Sẽ có bài thơ nữa...".

Mỗi ngày ăn ba bữa. Mỗi ngày một bài thơ, hay, dở, gì cũng như mình có việc làm nhỉ!

Coi kìa hai Thế Kỷ trước mắt mọi người mà! Ngày Giải Phóng đã xa... đã là một kỷ niệm? (*)

Tại vì ai áo tím... nên ngày ngày hoàng hôn? Cái chữ hôn buồn buồn nhớ ơi tà áo mỏng!

Biển thơ tôi nổi sóng, em à, mắt chớp nha... Anh hái một nhành hoa cho em cầm dạo phố?

Anh gọi em là Nhỏ, là Út, là Bé Ngoan.. Anh gọi em Việt Nam buổi chiều nào cũng tím!

Thơ ai nghe ngọt lịm: "Bà Mẹ Việt Nam có hai thằng con, bà không biết đứa nào là Cộng Sản, đứa nào là Quốc Gia. Bà chỉ biết máu của thằng em giống như máu của thằng anh, máu đứa nào cũng đỏ! Bà cũng chỉ biết Buổi Chiều Của Bà Rất Tím!". (**)

Ai cũng rồi kinh nghiệm thấy cuộc đời thế thôi! Thế Chiến Quốc mà! Thế Xuân Thu mà! Ngô Thời Nhiệm nói với Đặng Trần Thường như thế... rồi mặc cho Đặng Trần Thường lóc thịt lột da!

Lịch Sử của Đất Nước Ta. Lịch Sử của Dân Tộc Ta: Buồn, Xót Xa, Đắng Nghét!
Bà Bùi Thị Xuân tái mét: Con của Bà đã bị voi tung lên! Bà không quên, không quên: Mình Là Một Vị Tướng!

Có người uống cà phê pha chút muối nghe mặn lòng nước mắt Mẹ Cha!

Nhỏ của anh ơi có một ngày em lớn... dạo vườn cau thấy trái chín vàng... vàng! Hô giùm anh: Tổ Quốc Vinh Quang! Thắp giùm anh một nén nhang cho Ngoại!

(*) Năm 1999 về trước là Thế Kỷ 20; năm 2000 về sau là Thế Kỷ 21.
(**) Thơ Trụ Vũ.

Hãy Ngó Xuống Chân Em
 Hoa Nở Từ Ngón Út

Không có tin thời tiết nào để mình rùng mình.
Hôm nay trời trong xanh, buổi sáng.
Chiều, không biết!
Hy vọng ngày đẹp thiệt... Đẹp như tình trong mơ!

Chao ôi mở bài thơ nói gì đâu lãng đãng!
Mặt trời là nguồn sáng... Em là nguồn con sông!
Em cũng là mặt trăng đang xoay vần trái đất!
Em, trái tim bằng ngọc! Trái tim em, kim cương!

Thơ tôi rất dễ thương... viết để mà ca tụng!
Em từng nói, rất trúng... như tiếng súng hồi xưa...
viên đạn xuyên lá dừa, đời tả tưa muốn khóc!
Em cũng là Tổ Quốc nặng ngàn tấm huy chương!

Ngực tôi đây em hôn những hồi tôi về phép.
Hồi đó trời rất đẹp... Lính được cấp phép đi.
Tôi về chỗ tôi về. Em cũng là Cha Mẹ!
Ngày phép là ngày Lễ, Lính về thăm hậu phương.

Em, trên hết yêu thương. Em vô cùng diễm lệ.
Em tuyệt vời dương thế. Em, đóa hoa hồng nhung!
Mình nói bằng tiếng lòng không cần sách diễn dịch...
Mình nói bằng chiêm chiếp tiếng chim hót bình minh!

*

Em! Em yêu quý của anh, sáng nay trời rất đẹp.
Anh đưa em đôi dép em mang đi bên hoa,
bên cỏ xanh mượt mà, ngày với em lồng bóng...
ngựa hồng rung lạc vọng... khúc thanh bình hân hoan... (*)

Tin thời tiết để qua ngày hôm qua em nhá!
Anh hái em chiếc lá... Lá bưởi thơm vườn nhà...
Đừng ai nữa đi xa,
cây bưởi, cây bòng, cây tầm xuân khỏi nhớ...

Bốn phương trời rộng mở. Quê Hương ơi Quê Hương!
Em, trọn vẹn dễ thương, anh gửi về Tổ Quốc
Tiếng lòng chan nước mắt. Tiếng Tình Yêu rưng rưng!
Em! Hãy ngó xuống bàn chân: hoa nở kìa, ngón út...

(*) Thơ Chu Mạnh Trinh: "Dãy hoa nép mặt gương lồng bóng, ngàn liễu rung cương sóng gợn tình".

Mưa Phục Sinh

Hồi tối có mưa... mưa Phục Sinh,
Sáng nay còn mưa, mưa bình minh!
Dĩ nhiên lạnh buốt. Vô cùng lạnh.
Thấy núi mà không phải núi xanh!

Ngày cuối tuần nên đường sá vắng,
Đường xe xa lộ cũng không nhiều...
Trời mưa không tiếng chim nào hót
Chỉ tiếng thì thào gió hắt hiu...

Có thể tuyết đầy trên Big Bear
Hết mưa thiên hạ rủ nhau về
Chơi môn trượt tuyết, vui, vui nhé
Nước Mỹ mà! Vui Vẻ sướng mê!

Thấy nước người ta, lòng nhức nhức:
Nước mình khô hạn suốt mùa Xuân!
Rất nhiều tai nạn đường cao tốc,
Sống chết nằm bên cái miếng ăn!

Mưa sa hồi tối, mưa như khóc,
Cơn bão không tên tới nữa rồi!
Ngày Chúa Phục Sinh, vừa Lễ Lá
Là buồn ghê lắm, chẳng ai vui?

Boong boong Chùa đổ chuông mừng sáng
Chuông Giáo Đường nghe có nghẹn ngào...
Mừng Chúa Phục Sinh ai đấm ngực
Cho tôi chia sớt với thương, đau!

Ảnh: NTN

Đà Lạt Mình Em Ơi

Tôi vừa mới thầm nghĩ một câu thơ thật hay. Tôi đi tìm bút, giấy... thì câu đó đã bay!

Nghĩa là tôi mất biến cái ý nghĩ tượng hình. Tôi thấy mình vô lý! Sao không thơ vô thanh?

Người xưa lời không mở, đó là lời vô ngôn. Người đối diện đã hiểu người trước mặt nói gì?

Cái mỉm cười đủ đẹp. Cái mắt chớp cũng duyên. Hơi thở thôi, quá đẹp. Hất nhẹ tóc, quá hiền.

Ờ nhỉ, đâu cần nói, chỉ gặp thôi dễ thương. Lát xa nhau thì nhớ: Mình Là Bạn Bốn Phương!

Buồn tay lật báo cũ, tôi thấy lại ước mơ: mình có người bạn nhỏ, nghĩ đến là có thơ...

Những bài thơ từ đó quyện những làn gió thơm. Tưởng tượng ai tóc rối, tôi nâng niu nụ hôn!

Và em ơi, dòng suối nước chảy bàn chân em. Anh chỉ muốn là nước đọng vài giọt cánh sen...

...rồi anh chỉ em thấy mây trên đỉnh Lâm Viên! ... và anh nói gì đó mà gió thì đã thì thào...

Cảm Ơn Đà Lạt

Cảm ơn Đà Lạt còn hoa nở! Em là người yêu anh nhớ thương... Rừng, núi, suối, khe Trời đã định, Lâm Viên mãi mãi một khu vườn...

Anh là bươm bướm, em hoa nhé! Bươm bướm tìm hoa, mấy độ rồi? Có lúc em như nhành liễu biếc, nhiều khi em đó, đóa hồng ơi!

Anh hôn em nhé, hoa là Tết, là Hạ vàng, Thu xám rất thơ. Em mùa Đông với khăn choàng tím, em biết mà anh đã ngẩn ngơ...

Không lẽ Bồng Lai ngang dốc đá? Không lẽ Thiên Thai là Prenn? Em kìa, có nụ Tầm Xuân biếc nở ở Tuyền Lâm ngỡ dáng Tiên!

Em hiền như Ma Soeur nha em! Em hiền như con gà đứng yên, mỗi mai nó gáy bình minh dậy, chuông Giáo Đường ngân vang Lâm Viên...

Em là người Thượng đi lên dốc, anh là người Kinh dưới lũng nhìn, hai đứa như nai về lối thuộc, đường quen, mình quen... anh hôn em!

Nâng nụ hoa vàng, anh nín thở: Em mùa Xuân thắm cả rừng hoa! Quê Hương mình đẹp: Yêu Đà Lạt! Quê Hương mình xanh: trời bao la...

Và em là chim hót tiếng lòng, anh là sương mờ giăng con sông... Anh dìu em tới thăm Tùng Nghĩa, thăm Đại Ninh, thăm đèo Mang Yang...

Hái Nắng Trên Đồng

Có một người con gái
đi hái nắng trên đồng,
nắng hôn em má hồng,
gió bồng em bay mất!

Có pho tượng ông Phật
để trên bàn thờ Thiên.
Phật chỉ nói cái Duyên
mà người ta có Nghiệp!

Con người có Số Kiếp,
Trời, Đất thì Vô Cùng.
Đứng giữa cái mênh mông
mới thấy đời cát bụi?

Có người cầm cái chổi
quét gió ra bờ sông
thấy cô gái má hồng
đưa cái lược chải tóc...

Có người đi đò dọc
thấy con sông cứ dài
chạnh lòng nhớ thương ai
qua đò ngang biền biệt!

Tôi, thì sao thương miết
Tóc Của Ai Bờ Sông!

Khói Mờ Bay Như Sương

Không có nguồn thi hứng... Cái mặt sân khô queo!
Mỗi ngày còn... thì sống! Tấm lòng tôi trong veo?

Nói như chim mới kêu. Chim báo ngày đã sáng!
Nói như ma mà lạnh tắt ngúm những tàn nhang!

Hôm nay Thanh Minh đang nhiều người đi tảo mộ. Chuông Nhà Thờ vừa đổ... Cỏ xanh mùa thật xanh!

Tôi nói gì loanh quanh? Con gà gáy Đà Lạt? Khoảng trời xưa xanh ngắt, Hội Đạp Thanh Đạp Thanh?

Có nhiều lúc không đành để bài thơ nhòe nhoẹt.
Có nhiều lúc thấy khét: Mình hôn bàn tay mình!

Trăm triệu người làm thinh, tại sao mình thích nói... Tổ Quốc không kêu gọi! Cà phê gió khói bay...

*

Ôi bài thơ hôm nay... chỉ là những hàng chữ lạc loài mây viễn xứ, lạc lõng bạn tri âm!

Những con chữ không văn chỉ vện vằn nhếch nhác... giống lá rơi lác đác nhập nhòa cái mặt sân!

Bây giờ là mùa Xuân... bây giờ là mùa Xuân! Quê Hương vẫn ảm đạm? Bãi tha ma u ám?

Tôi hớp một chút đắng. Con bướm trắng chập chờn... Khói mờ bay như sương khói mờ bay như sương!

Bài thơ này dễ thương chắc chỉ là câu đó? Hỡi những người em nhỏ bây giờ đều già nua?

Trước Mặt Mình Là Rừng
Có Phải Không Em Nhỉ

Trước mặt mình là rừng / có phải không em nhỉ? Mình hãy đi vào đấy coi rồi mình tới đâu? Tới Đà Lạt trên cao? Tới Blao dưới thấp? Tới chỗ em đứng khuất / còn mặt trời thôi nha?

Bên mình Datanla? Anh có nghe tiếng thác... thác đổ như lau giạt mỗi lần gió bay qua... Thác đổ như thướt tha / áo dài em trường Nữ... Rất nhiều năm xa xứ, anh nhớ em: Quê Hương!

Anh nhớ những con đường / hồi xưa xe be chạy, anh thương những nhánh sậy / khi xe be băng băng... xe qua Sở Ông Lăng / cái đồn điền hoang vắng, chắc chỉ còn mưa, nắng / trải dài đồng cỏ hoang...

Cỏ Đà Lạt màu vàng / úa tàn bao chiến tích! Tiếng con chim bìm bịp / nghe nó kêu buồn buồn... Đà Lạt mình dễ thương, hồi nhỏ em thường nói... chỗ nào em thấy suối / em muốn động bàn chân... để anh vuốt gót son / nói em là hoa nở...

Trước mặt mình anh nhớ / có bức họa vẽ rừng.

Hôm nay chúng mình dừng / ngó rừng cho thỏa thích... thâm u cái mờ mịt / vẫn có ánh mặt trời, vẫn có ánh trăng soi, vẫn em tia mắt chớp / hồn anh bị em hớp / long lanh sương hành lang... loang loang cái mặt sân / tan trên đồi Cù biếc / những cây thông đứng miết / Đà Lạt mình muôn năm!

Có phải anh mơ màng núi rừng chơm chớp cánh dập dìu một ngày lạnh... Đà Lạt ôi của ai?

Phai Sắc Lụa
Buồn Buồn Một Chút Nắng Bên Sông

Trời mới chớm Xuân vừa mấy bữa,
hôm nay nắng gắt, Hạ rồi chăng?
Nhiều người than thở sao mà nắng?
Có kẻ làm thinh, chắc nói thầm?

Ờ nhỉ hết Xuân thì tới Hạ
Chờ xem Nhật Thực... để xem chơi...
Hồn nhiên có lẽ là con nít,
nghe thở than thôi, chúng mỉm cười!

Những nụ cười xinh tuổi mới Rằm,
người ta ai cũng nhớ mười lăm
lòng không vương vấn điều chi cả
ánh mắt xanh ngời như ánh trăng...

Tôi nhớ ai rồi! Ai sắp sửa
khăn nhung, áo lụa, bước lên đò
đò ngang hoa kết qua sông lớn,
chuyện đó bao giờ nay đã xưa!

Xưa đến khu vườn cau của Ngoại
chỉ còn chim hót buổi trưa vang
Nắng vàng lấp loáng chân ai nhỉ
Tóc mướt bờ vai thương nhớ thương!

Ngoại tuổi ngày cao, Ngoại mất rồi
Em rồi khôn lớn bỏ đi thôi...
Trăm người con gái, trăm như một
có một mùa thơm ngát nụ cười...

*

Hôm nay nắng rực, nắng tàn Xuân
Mai, nắng, em phơi áo lụa hồng
khi thấy thời gian phai sắc lụa
buồn buồn một chút nắng bên sông?

Tôi Về Bữa Đó Hoàng Hôn Xuống

Tôi về... bữa đó hoàng hôn xuống,
Chiều đã lên nằm trên ngọn cau.
Tôi nhớ Ngoại ghê, tôi nhớ lắm,
Bờ vườn trắng xóa mấy bông lau...

Trong nhà, Má bận lo cơm tối.
Khói xám vật vờ trên mái tranh.
Chiều ở nhà quê thơm bát ngát,
Hình như ai gội tóc mùi chanh?

Tôi về, bữa đó, tôi là Lính,
Tôi một mình thôi, rất lẻ loi.
Áo có gắn lon, tôi đã gỡ,
Chỉ chưa phủi sạch đám mây trời...

Vườn cau không đẹp thời bình lửa,
Có chút bình yên đợi tiếng gà.
Đêm với Má tôi vài cháu Ngoại,
Lần đầu tôi thấy Má tôi già...

Rồi tôi đi mãi hôm sau dậy.
Tôi trở về đồn rất thản nhiên
Nắng sớm mưa chiều, đâu cũng có,
Cả nơi duyên hải, cả cao nguyên...

Rất lâu, tôi trở về, đi tù
Sáu năm không đếm nữa Thiên Thu!
Vào đời sống mới... tôi ra biển
Nhớ Má tôi mà biển âm u...

Ba năm ở Mỹ, em tôi nhắn:
"Má mất rồi anh tối nguyệt Rằm".
Tôi trở mình buông dây điện thoại
Tắt đèn... như chẳng có ai thăm!

*

Tôi về, chiều đó, hoàng hôn lạnh
Màu tím còn vương những nhánh cà.
Cà tím, Má ơi con cũng tím
Cà um tóp mỡ những ngày xưa...

Tôi có hỏi han: không có lính,
Đứa nào còn sống cũng già thôi!
Ngày mai tôi lại vào đô thị
Bắt chuyến bay cầm nước mắt rơi!

Tổ Quốc Quê Hương Làng Xóm cũ
Vườn cau đổi chủ biết đâu chừng?
Máy bay hạ cánh phi trường Los
Chắc chẳng ban ngày. Đèn sáng trưng...

Tôi vuốt đầu tôi nâng tóc rụng
Sợi nào màu trắng tưởng sương vương...

California Mùa Hè Rực Rỡ

Nắng tiếp tiếp, thêm một ngày nắng nữa!
California rực rỡ. Mùa Hè.
Ở đây không tiếng ve.
Trời điểm trang mùa Hè đẹp quá...

Những người con gái tóc thề buông thả,
áo ngắn tay bày biện hết màu da,
trắng như ngà... Mắt trong như ngọc!
Tôi chấm dấu than. Nghĩ về Tổ Quốc.

Tôi nhớ Phạm Thái. Định nghĩa cái mênh mông:
"Hỡi ơi trời đất vô cùng rộng,
gom lại không đầy đôi mắt em!"
Có thể tôi cũng không quên Nguyễn Bính, Nguyên Sa...

Nguyên Sa có lòng vị tha:
"Trên cuộc đời sẽ chẳng có giai nhân,
vì anh gọi tên em là Nhan Sắc!".
Tổ Quốc! Mỗi người chỉ có Một!

Nguyễn Bính từng thở dài:
"Hỡi ôi! Trời đất vô cùng rộng,
Nào biết tìm đâu một mái nhà?".
Nguyễn Bính chết tại một khu vườn khi đứng chờ bữa ăn...

Kìa những con bồ câu đang nhặt nắng!
Cali đang mùa Hè.
Tôi nâng ly cà phê.
Tôi hớp từng hớp nắng!

Tôi nặng lòng nhớ Đà Lạt quá đi thôi...
Ba mươi mốt năm trời tôi ở đó,
Ba mươi lăm năm nay tôi làm dân tứ xứ.
Sáu năm tù Cải Tạo biết bao nhiêu Thiên Thu!

Chỉ mới bốn ngày trời thôi âm u,
tôi uống nắng California nghe đắng đắng...
Thêm chút muối vào ly cho mặn mặn.
Tôi yêu một truyện Tình trong cuốn Love Story!

Hoàng Trúc Ly có hai câu thơ ngộ ngộ:
"Ô hay con gái bay nhiều quá,
Hai cánh tay mềm như cánh chim...".
Họa Sĩ Hồ Thành Đức ngước mặt lên: "Nó là bạn của mình!".

Hai con mắt anh mông mênh,
chắc anh nhớ chị Bé Ký?
Bé Ký đã mất rồi... còn Sài Gòn tỉ mỉ
từng đường mây chị vẽ lại Quê Hương!

Sáng nay nắng như nắng Sài Gòn,
Tôi chép bài thơ này gửi về Đà Lạt,
thay cho tấm thiếp:
"Anh Yêu Em Nước Mắt Mồ Hôi".

Rồng bay phượng múa đầy trời
không bằng em xõa tóc phơi hiên nhà...

Nắng Hoàng Hôn
Còn Sót Mấy Câu Thơ

Sương không nhiều...
sáng không bình minh, buồn chút chút, bao nhiêu?

Trưa nắng lên. Ngày xuống về chiều.
Lòng như thể mặt hồ không sóng. Ngày qua ngày,
ngày tiếp tiếp theo...

*

Buồn hay vui, nghĩa gì, xa xứ,
Chỉ mong nhà, mong nước bình yên.
Không tiếng súng là không gì nữa,
Không ai về. Chuyện đó tự nhiên!

Ba mươi lăm năm, tôi đời viễn xứ,
Ngó lên trời: Mây trắng cứ trôi!
Người thêm tuổi. Ít nhiều đau đớn.
Ai hôm nay không có lúc ngậm cười...

Cầm giữ áo phong sương trận mạc.
Nguệch ngoạc vẽ phấn trên bảng xanh.
Hát nghêu ngao vài đoạn quân hành.
Cúi xuống hôn bàn tay còn gân...

Rồi tất cả sẽ là quá khứ
Có thể chiều nay, mai, mốt, không chừng...
Nhang không cắm được trên mồ cha mẹ
Thì tạ từ thôi vậy cõi người dưng!

Các em học trò như mây tứ xứ
Thầy đã già, các em bạch vân!
Hoàng hạc bay Trường Sơn đã khuất
Sóng Cửu Long nhánh lúa lăn tăn...

Mưa có đọng giọt nào trên mắt
thì lau đi cho sáng hoàng hôn!
Ai đã đến mừng nhau ba bữa Tết,
giữ cho còn cái thuở yêu thương!

Chim về tổ, buổi chiều không hót
Nắng hoàng hôn còn sót mấy câu thơ...

Một Em Thôi Đã Đường Thiên Lý
Suối Nở Hoa Vàng Thơm Nắng Mai

Đi tìm một nụ hoa hồng trắng, không thấy nên em hái nụ vàng. Em bảo anh cầm em thổi nhẹ, mỉm cười, em nói: một ngày tan...

Hoàng hôn lúc đó nhìn em nói: nước mắt ngươi còn xanh đại dương! Em gục đầu lên bờ ruộng ngủ, em quên lúc đó có mù sương...

Em thành hoang đảo đêm sao hiện, anh thấy bàn tay em nở hoa, không phải hoa vàng em mới hái mà hoa xanh biếc ánh trăng tà...

Em-không-gian-mở bao trùm khắp bốn biển năm châu, cả mái đình. Em đẹp đến nhành dương liễu cũng chiều em chớp chớp lá rung rinh...

Em đẹp đến anh cầm bút bẻ từ nay không động bước chân ai. Một em thôi đã đường thiên lý suối nở hoa vàng thơm nắng mai...

HẾT PHẦN THƠ

Đọc một bài thơ hay của TS Trần Vấn Lệ
Em Một Mình Thơm Bao Ý Thơ

Đọc "Em Một Mình Thơm Bao Ý Thơ" tôi chợt nghĩ: đây không đơn thuần chỉ là bài thơ mỗi ngày để Thi Sĩ thực hiện lời hứa tự lòng: mỗi ngày viết một bài thơ; từ đó Thơ là hơi thở, Thơ là sự sống... "! Bài thơ hôm nay còn là tiếng lòng, là lời tỏ tình mượt mà và tha thiết, trong đó có kèm "chiến thuật": Thi Sĩ tỏ tình và cũng mong chờ, hối thúc một cách thật thơ, thật tinh tế: muốn nhận ngay kết quả: Thơ có làm đối tượng động lòng chăng? Tức muốn "tình tỏ" ngay thôi! Vậy nên tôi xin có vài lời rằng:

Em đã được đặt lên cao vợi,
Chúa cũng mong chờ, ngưng tiếng chuông
Con Gà theo lệ, ngân tiếng gáy
Cất tiếng ó o... chắc mừng em!

Thi Sĩ mộng mơ hồn lung lạc
Khi nói "nhà thờ cao, em cũng cao
thêm "nắng vàng mơ phớt má đào..."
Là Tình thật sự đã lên ngôi!

Hai khúc thơ sau tình tỏ tình, mong có ngay sự hồi đáp mà tinh tế biết bao:

"Anh muốn nhìn em đi một mình
thấy em lồng lộng giữa trời xanh.
Bài thơ anh có em trong đó,
có chữ nào em chớp mắt nhanh?

Có chữ nào em yêu quá đỗi
Quê Hương mình, không lẽ nói hơn?
Em tung tăng giống như con bướm:
Vạt Áo Hồng Yêu Quý Nhớ Thương!"

Vậy nên:

Đâu chỉ là "Thơm Bao Ý Thơ"
Hình ảnh em đẹp đến không ngờ
Tình yêu thì rộng bao la rộng
Bao ý thơ hay trải hết lòng:

"Chúa Nhật này không mưa không mưa
Có mây bay gió hiu hiu đùa
Guốc cao áo mỏng thềm hoa nở
Em một mình thơm bao ý thơ!"

Tâm tình người ta đã tỏ, đã quá rõ ràng nếu không nói "thẳng như ruột ngựa", chẳng chút mơ hồ, nhưng "Em" thì sao? Câu:

"Quê Hương mình, không lẽ nói hơn?"
đã thấy sự hết lòng, ruột gan đã phơi trải nên phải hiểu rằng:

Là thương hết nấc, nên dò ý
Em trả lời đi Thi Sĩ vui:
Là yêu quá đỗi, yêu từng chữ
Mà hễ cứ Yêu mắt chớp nhanh!

Nói đi Em khó khăn gì, chỉ là nói rõ chữ "em yêu", chỉ là nói giúp "có chữ nào em chớp mắt nhanh?"; nói đi một chữ là anh hiểu bởi Bài- Thơ- Anh- Đã- Có- Em.

Nói nhanh đi chứ, người ta đợi, không khéo con gà lại gáy thêm! Nhìn xem cái cổ cao ba ngấn, tiếng gáy sẽ dài... ôi chữ Y...

Thái Lý
05/2024

Thay Lời Bạt
Lửa Khuya Tàn Chậm

Em ơi gió ít lạnh nhiều,
Lửa khuya tàn chậm, mưa chiều đổ nhanh.

(Thơ Trần Huyền Trân)

Thời gian là cái gì, tôi nghĩ rằng tôi biết nhưng giải nghĩa để tự "thuyết phục" mình thì tôi vẫn luộm thuộm. Không "thuyết phục" được mình thì mình cũng mất đi lòng tự tin. Điều này chứng tỏ mình chưa đạt cái gì mình muốn có. Và hình như tôi chẳng đạt mục đích yêu cầu nào trong cuộc sống riêng tư hay chung dụng. Có lúc giận mình sao kém "thông minh" tôi phải đi hỏi han người này người nọ, chỗ thân tình nên tôi bị bắt nạt ngay: Đồ nhiều chuyện! Cứ bầu tròn, ống dài, có được không. Tuổi trẻ của tôi nông nổi và vụng về, một phần vì tôi "tự do" và xung quanh toàn thân thuộc, thân mến... Có khó chịu thật, có mất lòng thật, có dễ dạ thật... nhưng dụng độ một vài lần rồi cũng "vui" hay cũng quen đi. Bây giờ tôi nhắc lại thuở "ngây thơ" của tôi, ít nhiều tôi vẫn còn là người-ngây-ngô đáng ghét! Nhiều bạn giận tôi vì tôi hay hỏi tào lao cũng có người chịu đựng được tôi vì tôi "ngu" quá! Ngu mới hỏi chớ? Biết rồi thì hỏi làm chi? Hai chữ Thời Gian tôi hay nghĩ tới, tôi hay sử dụng, tôi phải mở Từ Điển để có "kiến thức" cho nó yên lòng...

Mà thực tế thì vẫn vậy thôi. Coi như hiểu đấy mà không hiểu đấy. Đây, Từ Điển giải nghĩa: Thời gian: dt (H. gian, khoảng). Hình thức tồn tại cơ bản của vật chất diễn biến một chiều theo ba trạng thái là hiện tại, quá khứ và tương lai. (Từ Điển Từ Và Ngữ Việt Nam, Nguyễn Lân, Nhà Xuất Bản Thành Phố Hồ Chí Minh, Năm 2000). Tác giả dẫn thí dụ bằng thơ của Tố Hữu: "Cả không gian như xích lại gần, thời gian cũng quên tuần, quên tháng" Tố Hữu). Giảng như thế chắc ông Trời mới hiểu? Nhưng tại mình dốt thì phải học thôi. Tôi hay bị Thầy mắng: *"Đồ dốt nát lười biếng, tốn cơm uống gạo"*. Thầy hay kể cho học trò nghe chuyện Trần Minh khố chuối, đêm đêm bắt đom đóm thế đèn để đọc sách, để học bài, làm bài... Tôi có nghe lời nhưng dưới trăng sáng tỏ vẫn không đọc được, bên bếp lửa hồng cũng không, bèn ra trụ đèn đường... mà nhiều khi điện cúp bất tử hoặc muỗi cắn quá chừng chừng... Chưa nói: đâu phải lúc nào cũng có đom đóm! Đom đóm là côn trùng, xuất hiện có mùa của nó...Tôi chẳng ra gì. Ước mong thầm lớn lên mình làm Lê Lai chơi chắc rạng danh lắm? Tôi thỏ thẻ với nhà thơ Bùi Giáng, có thời ông ở Đà Lạt, thăm bà con họ Bùi, ông thuê trọ tại nhà số 7 đường Trần Bình Trọng (chung nhà với Phạm Công Thiện và Hoàng Vĩnh Lộc - gia đình tôi cũng có thuê ở dậy trước khi tôi nhập ngũ). Vui quá, ông chỉ tôi một người dàn bà đi qua trước mặt: "Mày nghe tao nói nha: *"Cô ơi cô đẹp vô cùng vì cô có cái lạ lùng bên trong!"*. Cô ấy không nghe nhưng mày nghe, thời gian là cái "Lạ Lùng" dấy con ạ. Trời ơi... cái ông già... dê! Bùi Giáng ở Đà Lạt không lâu, chỉ vài tháng (trước năm 1960, 1961), ổng về Sài Gòn... đi tu hạnh dầu dà thấy mà thương. Lúc này tôi ở trong lính, quên ổng từ từ vì cái câu quái ác: *"Súng là vợ, đạn là con, thà chịu hao mòn còn hơn để sét"*, lau súng hoài thôi, sống chết lúc nào kệ nó...

Đôi diều. tôi nhắc trên, cho vui. Chớ dó là khởi diểm của nỗi buồn có cớ của, hình như, bất cứ ai trong tuổi thanh niên, cái tuổi của da số người ngớ ngẩn dến lãng xẹt! Hồ Dzếnh từng vậy: *"Hỡi người tôi nói gì chưa, tôi đang sắp nói hay vừa nói ra?"*, nghe mà bắt ghét!

Tôi dông dài một chút cho bạn thấy tôi sắp chuyển vào con ngõ cụt của dời tôi: làm thơ! Có chút chữ nghĩa làm vốn, tôi làm thơ dể "qua ngày doạn tháng", nếu không làm dược thì lang thang trong thơ, chẳng phiền gì ai! Tôi lang thang trong bài Bông Sen từ lớp Đồng Ấu cho đến lúc trưa trẻ trưa trật trong vòng rào Cải Tạo. Tôi ngộ: Bài "Trong dầm gì dẹp bằng sen, lá xanh bông trắng lại chen nhụy vàng... Nhụy vàng, bông trắng, lá xanh, gần bùn mà chẳng hôi tanh mùi bùn!". Bông sen hay hoa sen là loại hoa tinh khiết, thơm thanh thoát, người ta dùng dể cúng Phật. Ai cũng thuộc bài thơ bốn câu ấy. Không thấy ai nói là đó "là một bài thơ dở" vì nó sai luật thơ! Làm sao mà vần "ang" lại nối dược với vần "anh"? Những tác giả làm thơ Tự Do tôi có gặp nhưng tôi không dám có ý kiến gì. Mấy ông, mấy bà thi sĩ thấy bờm xờm chớ khó chơi dữ nha! Tôi, có lần cà khịa với một "anh em" và bị khóa máy hết trơn... hết cả dùng dằng giây giụa! Tôi làm thơ theo cách của tôi. Khi làm thơ, sống với thơ tôi thấy tôi thật tình bao nhiêu thì bạn bè đều nói "mày xạo". Tôi chỉ biết dẫn chứng ông Tản Đà là tay tổ của "xạo", ổng nói, ổng viết "Nước Chảy Huê Trôi", tôi chưa thấy ai phê bình!

*

Nguyễn Thiên Nga là người cất dành dược thơ tôi, cô ấy giúp trang trí, trình bày và tôi lại in cho vui. Tôi in tại Nhà Xuất Bản Nhân Ảnh, nơi dây giao cho Tổng Phát Hành Amazon dể in ít, vài cuốn, có cái mã số cho oai. Nhờ thế mà tác giả tốn ít lắm, chỉ chờ hơi lâu dứa con mình mới tới nhà. Chừng hai tuần theo lối gửi thường. Nhanh thì hai ngày với tốn phí ngất ngư mà Bưu Điện tính chớ Amazon không làm chuyện "chuyến phát". Đầu năm 2024, tôi dã có cuốn Thơ Và Cuộc Đời, nay mừng Sinh Nhật tôi giữa năm, Thiên Nga lại tập hợp một số bài thơ mới từ cuối năm 2023 đến nay, sắp xếp, trình bày thành sách để tôi có thêm Tác Phẩm EM MỘT MÌNH THƠM BAO Ý THƠ.

Thiên Nga có bàn tay mát nên thơ tôi thấy dễ thương vô cùng. Lòng ích kỷ và tự hào dỏm nổi lên trong tôi là tự nhiên thôi! Thiên Nga viết bài Tựa, phần tôi thì bài Bạt này. Chắc Thiên Nga ngồi dưới gác chuông Nhà Thờ Con Gà Đà Lạt nghĩ tới thơ, còn tôi thì bất cứ đâu cũng trông trời trông đất trông mây... Tôi nhớ Đà Lạt hoài hoài, nơi tôi từng sống 31 năm (tính luôn cả thời gian Cải Tạo ở xa lắm lắm dù cũng trên Đất Nước mình).

Tôi biết ơn Thiên Nga.

Biết ơn Nhà Xuất Bản Nhân Ảnh của hai anh em anh Luân Hoán và Lê Hân.

Biết ơn Nhà Tổng Phát Hành Amazon.

Biết ơn bạn đọc thơ tôi.

Phần tôi... tôi cũng biết ơn tôi. Tào lao. Tổ lô. Nghe tiếng gì cũng tưởng tiếng xe đạp kêu cho nó ồn! Cái xe độp nó kiu lộp cộp...

Trần Vấn Lệ
31/05/2024

Mục Lục

Thay Lời Tựa Em Một Mình Thơm Bao Ý Thơ - *Nguyễn Thiên Nga*	5
Bài Thơ Chiều Nay	9
Đà Lạt Của Mình Xưa Thế Đó	10
Em Chỉ Một Em Trăng Hóa Nguyệt	12
Em Qua Bên Sông Em Tới Bờ	14
Thời Gian	16
Trong Lòng Tôi Trên Đầu Tôi	18
Trước Nhà Thờ Con Gà Đà Lạt	20
Sinh Nhật Em Diễm Lệ Trăng Rằm Tháng Năm Ơi	21
Vài Câu Nhắc Nhà Thơ Xưa	22
Còn Thơ Để Thở	24
Duyên Ơi Trên Dốc Nắng	26
Lát Nữa Mà Trời Nắng	28
Một Chút Mưa Như Sương	29
Mưa Trên Đèo Prenn Thu Trong Thơ	30
Nắng Đỏ Mưa Xanh	32
Nước Mắt Nụ Cười	35
Trời Vẫn Mưa Còn Mưa Tiếp Tiếp	36
Bây Giờ Ngày Nửa Ngày Thôi	38
Biết Ai Tâm Sự Đời Nay Mà Đem Non Nước Làm Rày Chiêm Bao	39
Có Lẽ Vì Không Có Gió Con Trăng Đứng Khóc Trên Trời	40
Có Một Bài Thơ Không Phải Thơ	42
Đò Đi Không Về Bến Cũ	44
Hai Vùng Trời	46
Hôm Nay Trời Trở Lạnh	47
Hôm Nay Mùa Thu Mà Chưa Thu	48
Một Hai Ba Bốn	50
Một Hôm Tôi Đi Ngang Đình	52
Người Chiêm Nữ Như Hoa Múa Trên Thềm Nguyệt Bạch	54
Sáng Nay Như Hôm Qua	56
Mười Năm Trở Lại Con Đường Cũ	58
Trời Không Nắng Trời Không Mưa	59

Bài Thơ Này Buồn Em Thấy Thì Đọc	60
Bonnuit Amour	62
Chút Gió Mùa Mây Trôi Lang Thang	65
Chuyện Thường Ngày Rất Cũ	66
Dẫu Chi Cũng Là Xuân Trong Lòng Tôi Vậy Đó	68
Đưa Tay Gạt Mắt Còn Rơi Lệ Đà Lạt Mình Mưa Tới Xứ Người	70
Hoa Vạn Thành Em Ơi Tím Nhung	72
Khi Giấc Mơ Biết Bay	74
Em À Chiều Đang Lạnh	76
Một Bài Thơ Tự Do	77
Đêm Qua Tôi Lại Nằm Mơ	78
Mưa Mỗi Ngày Việt Nam	79
Những Người Sống Yêu Nhau	80
Sáng Nay Không Mù Sương Buồn Vương Vương	82
Tháng Mười Có Thật Hay Mơ Tưởng	84
Trăm Triệu Người Như Mạ Dễ Thương	86
Trong Khi Hong Nắng Tôi Thầm Nghĩ Tóc Cố Nhân Dài Trong Gió Bay	88
Trời Đất Mênh Mông Dẫu Lòng Người Góc Biển	90
Trong Lòng Tôi Một Giấc Mơ	92
Nửa Đêm	95
Tôi Không Tin Bây Giờ Buổi Sáng	96
Bây Giờ Mùa Hoa Giấy Nở	98
Đường Đi Không Đến	100
Em Ơi Mưa Thì Buồn	101
Giấc Mơ Hồi Hương	102
Hôm Nay Bài Thơ Này Vậy Đó	104
Mong Thư Đi Tới Kịp Em Có Chiều Bâng Khuâng	106
Nửa Chừng Xuân Con Dốc Cũ	108
Nước Mắt Mình Có Chảy Thương Bạn Mình... Ngày Xưa	110
Sáng Nay Trời Lạnh Nhiều	112
Tống Biệt Hè	114
M	116
Trời Hôm Nay Chiều Mưa Hay Tối	117
Bài Thơ Vô Ngôn	118

Buổi Sáng Của Tôi	120
Nắng Đóng Băng	122
Vì Mùa Đông Chẳng Phải Mùa Thu	125
Định Nghĩa Hoài Hai Chữ Tình Yêu	126
Đừng Có Ai Hạc Bay Không Trở Lại	128
Chuyện Gì Rồi Cũng Qua	130
Em Ơi Khi Mình Nhớ Chuyện Gì Cũng Thành Thơ	131
Hôm Qua Mưa Mấy Giọt	132
Mùa Đông Ký Sự	133
Nhịp Bước Thời Gian	134
Trưa Mịt Mờ Thơm Thơm Mùi Sương	136
Ước Nhi Phải Chi Trời Có Nắng	138
Vén Áo Lau Giùm Cái Mặt Thương	140
Mặt Trời Tháng Giêng	142
O Huế Tóc Huyền Xanh Núi Ngự	144
Trải Giấy Vẽ Tình Những Đám Mây Bay	146
Không Nụ Hoa Nào Cầm Lên Không Nặng	147
Ôi Mùa Xuân Về Mùa Xuân Hay Giấc Mơ	150
Tháng Chạp Và Trăng	152
Tâm Tình Dâng Hiến	155
Nhận Nha Em Bàn Tay Xưa Ngày Xưa	156
Mỗi Ngày Một Bài Thơ	158
Mới Năm Mới Bây Giờ Thêm Năm Mới	160
Ngõ Sầu	162
Tùy Bút America	164
Lạ Nha Cứ Nhớ	166
Hoa Fleur Flower	167
Ai Chưa Lên Đà Lạt Là Chưa Thấy Cỏ Hồng	168
Hoa Quỳ Yêu Quý	170
Hoa Tứ Quý	172
Ngã Tư Đèn Xanh Vàng Đỏ	173
Buồn Tay Lật Lại Pho Tình Sử	174
Các Em Tan Trường Về Trong Nắng Trưa...	176
Ngoài Cổng Nụ Hoa Vàng Nở Mênh Mang Mênh Mang	177

Em Là Bài Thơ Anh Làm Ngày Bão	*178*
Tôi Làm Gì Hôm Nay Thêm Bài Thơ Ngũ Tuyệt	*180*
Đã Bao Nhiêu Năm Hoa Vàng Tóc Biếc	*182*
Nhớ Nhớ Ghê Thời Ai Vén Tóc Sông Hiền Lương Như Em Hiền Mơ	*185*
MMMMMMưa	*186*
Bài Thơ Một Chữ Y	*188*
Happy Valentine's Day	*190*
Một Ngày Không Có Thơ	*192*
Bốn Mươi Chín Năm Tôi Xa Đà Lạt	*194*
Nắng Hôm Nay Nắng Đẹp Nắng Trong	*196*
Em Mãi Là Cô Gái Mười Bảy Tuổi Ngày Xưa	*198*
Ba Ngày Rồi Mưa Sa Bài Thơ Tôi Như Thế	*200*
Đêm Nguyên Tiêu Năm Giáp Thìn	*202*
Đà Lạt Xuân Năm Nay Vẫn Đỏ Rực Hoa Đào	*204*
Mùa Xuân Như Giấc Mơ	*206*
Hôm Nay Trời Xanh Biếc Ngày Đẹp Tuyệt Thơ Duyên	*207*
Em Có Nghe Trong Mơ	*208*
Vang Bóng Một Thời Đà Lạt	*210*
Nhìn Lên Thấy Mặt Trời Pha Nỗi Buồn	*212*
Mùa Xuân Như Giấc Mơ	*215*
Tạ Nhé Nhân Gian Bản Tin Thời Tiết	*216*
Nắng Mới Lên Rồi Nắng Rất Thơm	*218*
Em Một Mình Thơm Bao Ý Thơ	*219*
Mỗi Ngày Một Tâm Tình	*220*
Em Đi Chùa Cúng Phật Nhặt Giùm Anh Tiếng Chuông	*222*
Thương Nhất Em Là Hai Ngón Tay Út	*224*
Đêm Trăng Mười Bảy Ngồi Bên Con Suối	*226*
Bắt Đầu Ngón Út	*228*
Những Đám Mây Phiêu Bạt Về Đâu Mây Hỡi Mây	*230*
Hai Thế Kỷ Một Bài Thơ	*232*
Bất Chợt Ai Qua Còn Cái Bóng Bắt Đầu Từ Đó Gió Tương Tư	*234*
Ngàn Muôn Năm Thơm Ngát Áo Em Vàng Phấn Thông	*236*
Nhỏ Của Anh Ơi Có Một Ngày Em Lớn	*238*
Hãy Ngó Xuống Chân Em Hoa Nở Từ Ngón Út	*240*

Mưa Phục Sinh	*242*
Đà Lạt Mình Em Ơi	*245*
Cảm Ơn Đà Lạt	*246*
Hái Nắng Trên Đồng	*247*
Khói Mờ Bay Như Sương	*248*
Trước Mặt Mình Là Rừng Có Phải Không Em Nhỉ	*250*
Phai Sắc Lụa Buồn Buồn Một Chút Nắng Bên Sông	*252*
Tôi Về Bữa Đó Hoàng Hôn Xuống	*254*
California Mùa Hè Rực Rỡ	*256*
Nắng Hoàng Hôn Còn Sót Mấy Câu Thơ	*258*
Một Em Thôi Đã Đường Thiên Lý Suối Nở Hoa Vàng Thơm Nắng Mai	*260*
Đọc một bài thơ hay của TS Trần Vấn Lệ Em Một Mình Thơm Bao Ý Thơ - *Thái Lý*	*263*
Thay Lời Bạt Lửa Khuya Tàn Chậm - *Trần Vấn Lệ*	*265*

Liên lạc Tác giả
Trần Vấn Lệ
letran4820@hotmail.com

Liên lạc Nhà xuất bản
Nhân Ảnh
han.le3359@gmail.com
(408) 722-5626

www.ingramcontent.com/pod-product-compliance
Lightning Source LLC
LaVergne TN
LVHW042244070526
838201LV00088B/14